നാടറിയാനൊരു അവധിക്കാലം

nadariyanoru avadhikalam

•

dr. sheejakumari koduvazhannur

•

first edition
may 2018

•

typesetting & published
chintha publishers, thiruvananthapuram

•

cover
midas

വിതരണം

ദേശാഭിമാനി ബുക്ക് ഹൗസ്

H O തിരുവനന്തപുരം-695 035
phone: 0471-2303026, 6063026
www. chinthapublishers. com
chinthapublishers@gmail. com

ബ്രാഞ്ചുകൾ

ഹെഡ്ഓഫീസ് ബ്രാഞ്ച് കുന്നുകുഴി • സ്റ്റാച്യു തിരുവനന്തപുരം • കെ എസ് ആർ ടി സി ബസ് സ്റ്റേഷൻ ആലപ്പുഴ • കെ എസ് ആർ ടി സി ബസ് സ്റ്റേഷൻ എറണാകുളം • ഐ ജി റോഡ് കോഴിക്കോട് • മാവൂർ റോഡ് കോഴിക്കോട് • എൻ ജി ഒ യൂണിയൻ ബിൽഡിങ് കണ്ണൂർ • സെൻട്രൽ ബസ് ടെർമിനൽ കോംപ്ലക്സ് താവക്കര കണ്ണൂർ

CO - 2684 / 4650
ISBN - 978-93-87842-31-1

നാടറിയാനൊരു അവധിക്കാലം

ഡോ. ഷീജാകുമാരി കൊടുവഴന്നൂർ

ചിന്ത പബ്ലിഷേഴ്സ്
തിരുവനന്തപുരം-695 035

ഡോ. ഷീജാകുമാരി കൊടുവഴന്നൂർ

തിരുവനന്തപുരം ജില്ലയിലെ കൊടുവഴന്നൂരിൽ ജനനം. അച്ഛനമ്മമാർ അദ്ധ്യാപകരായ ജി രവീന്ദ്രൻ നായരും, പി തങ്കമണിയമ്മയും. കൊടുവഴന്നൂർ ഗവ. ഹൈസ്കൂൾ, രാജാ രവിവർമ്മ ഗേൾസ് ഹൈസ്കൂൾ എന്നിവിടങ്ങളിൽ സ്കൂൾ വിദ്യാഭ്യാസം. സസ്യശാസ്ത്രത്തിലും എജ്യൂക്കേഷനിലും ബിരുദാനന്തര ബിരുദവും എജ്യൂക്കേഷനിൽ ഡോക്ടറേറ്റും വിദ്യാഭ്യാസമാനേജ്മെന്റിൽ രണ്ട് ഡിപ്ലോമകളും നേടിയിട്ടുണ്ട്. 2006 മുതൽ വിവിധ ആനുകാലികങ്ങളിൽ ലേഖനങ്ങളും കവിതകളും പ്രസിദ്ധീകരിച്ചു വരുന്നു. ദൂരദർശൻ, ആകാശവാണി എന്നിവയിൽ ലളിതഗാനങ്ങളും ആകാശവാണിയിൽ ഫീച്ചറുകളും അവതരിപ്പിക്കപ്പെട്ടിട്ടുണ്ട്. *സത്യങ്ങൾ വിശ്വാസങ്ങളിൽ* എന്ന പേരിൽ ഒരു പുസ്തകം പ്രസിദ്ധീകരിച്ചിട്ടുണ്ട്. പരിസ്ഥിതി സംരക്ഷണ സംരംഭങ്ങളുമായും സാമൂഹ്യക്ഷേമസംരംഭങ്ങളുമായും ബന്ധപ്പെട്ട് പ്രവർത്തിക്കുന്നുണ്ട്. ഇപ്പോൾ തിരുവനന്തപുരം ഡയറ്റിൽ പ്ലാനിങ് ആന്റ് മാനേജ്മെന്റ് ലക്ചററായി ജോലി നോക്കുന്നു.

ഭർത്താവ് : ശ്രീ. വി വേണുകുമാർ

മക്കൾ : നിതിൻ വേണു, നിരഞ്ജനാ വേണു

വിലാസം : വൈഷ്ണവം
കെ പി ആർ എ 96
എൽ എം എസ് ജങ്ഷൻ
ആറ്റിങ്ങൽ
തിരുവനന്തപുരം

ഇ മെയിൽ : sheejavenukumar@gmail.com

പ്രസാധകക്കുറിപ്പ്

ഒരു അംഗീകൃത പാഠപദ്ധതിയുടെ അടിസ്ഥാനത്തിലുള്ള പാഠ്യക്രമമനുസരിച്ചാണ് നമ്മുടെ സ്കൂൾ സമ്പ്രദായത്തിൽ പാഠപുസ്തകങ്ങൾ തയ്യാറാക്കപ്പെടുന്നത്. അംഗീകൃത യോഗ്യതകൾ ഉള്ള അദ്ധ്യാപകർ അതു പഠിപ്പിക്കുന്നു. കുട്ടികൾ അതു പഠിക്കുകയും വിവിധ നിലകളിൽ മാർക്കു നേടി വിജയം കരസ്ഥമാക്കുകയും ചെയ്യുന്നു. ഇതെല്ലാമായിട്ടും തങ്ങൾ പഠിക്കുന്ന പാഠങ്ങളുമായി ബന്ധപ്പെട്ട് അറിഞ്ഞിരിക്കേണ്ടതും പഠിച്ചിരിക്കേണ്ടതുമായ പല അറിവുകളും വിട്ടുപോകുന്നു. പാഠഭാഗങ്ങളിൽ പെട്ടതു തന്നെയും ദുർഗ്രാഹ്യവും വിരസവും ആയതുകൊണ്ട് അവ മനസ്സിൽ പതിയുകയോ അറിവു വളർത്തുകയോ ചെയ്യാതെ പോകുന്നു.

ഇതൊരു കുറവുതന്നെയാണ്. ഈ കുറവ് എങ്ങനെ പരിഹരിക്കാം. അദ്ധ്യാപകരെന്ന നിലയിൽ സമർത്ഥരും എഴുത്തുകാരുമായ അദ്ധ്യാപകരുടെ കൂട്ടായ്മയെ ഈ വെല്ലുവിളി ഏറ്റെടുക്കുവാൻ തയ്യാറാക്കി. അതിന്റെ ഫലമാണ് *സ്കൂൾ പ്ലസ്* എന്ന പുസ്തകപരമ്പര. പാഠപുസ്തകത്തിൽ പകർന്നുകിട്ടുന്ന എല്ലാ അറിവിന്റെയും അനുബന്ധ വിവരങ്ങളാണ് ഈ പുസ്തകങ്ങളുടെ ഉള്ളടക്കം. സുഗ്രാഹ്യമായും രസകരമായുമാണ് ഈ പുസ്തകങ്ങൾ രചിക്കപ്പെട്ടിരിക്കുന്നത്. ഓരോ ക്ലാസിലെയും എല്ലാ കുട്ടികളുടെയും അറിവിന്റെ ചക്രവാളം വികസ്വരമാക്കു

വാനും പുതിയ അധികപുസ്തകങ്ങൾ തേടിപ്പിടിച്ചു വായിക്കുവാനും ഈ പുസ്തകപരമ്പര സഹായകമാകും.

ആവാസവ്യവസ്ഥയുടെ സന്തുലനത്തെക്കുറിച്ചും കേരളത്തിലെ കൃഷിരീതി, ജൈവ വൈവിദ്ധ്യം, ജലചക്രം എന്നിവയെക്കുറിച്ചും കുട്ടികൾക്ക് അറിവു നല്കുന്നതാണ് ഷീജാകുമാരിയുടെ *നാടറിയാനൊരു അവധിക്കാലം* എന്ന ഈ പുസ്തകം. പാഠപുസ്തകങ്ങൾക്ക് അതീതമായ അറിവു നേടുന്നതിന് ഉത്തമമാണ്, ഈ പുസ്തകം.

ചിന്ത പബ്ലിഷേഴ്സ്

പുസ്തകത്തെക്കുറിച്ച്

ഭൂമിയുടെ നിലനില്പ് ഇന്ന് അപകടത്തിലാണ്. പിറന്നു വീഴുന്ന ഓരോ കുട്ടിയും മലിനീകരിക്കപ്പെട്ട ചുറ്റുപാടുകളിലാണ് വളരാൻ വിധിക്കപ്പെട്ടിരിക്കുന്നത്. അവരുടെ മുൻതലമുറ അനുഭവിച്ചിരുന്ന പ്രകൃതിയുടെ നന്മകൾ അവർക്ക് നിഷേധിക്കപ്പെട്ട അവസ്ഥയാണ്. ഇടവപ്പാതിയിൽ കുളിർമഴ നനഞ്ഞും ഇളവെയിലിൽ കായ്കനികൾ നിറഞ്ഞും പൊന്നിൻ നിറത്തിൽ വയലേലകൾ കതിരണിഞ്ഞും നീലജലാശയങ്ങളിൽ ശുദ്ധജലം നിറഞ്ഞും പച്ചപുതച്ച കുന്നുകളിൽ പൂവുകൾ ചിരിച്ചും നാം കണ്ടിരുന്ന കേരളത്തിന്റെ പ്രതിച്ഛായ ഇന്ന് വളരെ യേറെ മാറിപ്പോയിരിക്കുന്നു. കവിഭാവന ചൊല്ലുന്നതുപോലെ കേരകേളീ സദനമായിരുന്ന കേരളം ഇന്ന് ഏറെ മാറിപ്പോ യിരിക്കുന്നു. ഇന്ന് കേരളത്തെ വർണ്ണിച്ചു പാടിയാൽ, ഹൃദയത്തെ കുളിരണിയിക്കുന്ന മനോഹരമായ പ്രകൃതിഭംഗിക്കു പകരം തെളിയുന്നത് മാലിന്യംനിറഞ്ഞ, പച്ചപ്പു കുറഞ്ഞ, ഓജസ്സു നഷ്ടപ്പെട്ട കേരളത്തിന്റെ ചിത്രമാണ്. തല്ക്കാലലാഭത്തിനു വേണ്ടിയും ആർത്തി നിമിത്തവും ഇന്നത്തെ മനുഷ്യർ നശിപ്പിച്ചു കളഞ്ഞ പണ്ടത്തെ പ്രകൃതിയുടെ സവിശേഷതകളും അത് മനുഷ്യന് എത്രമാത്രം പ്രയോജനപ്പെട്ടിരുന്നുവെന്നും, അത് അന്നത്തെ ജനങ്ങളുടെ ആരോഗ്യത്തെ എത്രമാത്രം

സ്വാധീനിച്ചിരുന്നു എന്നും ചിന്തിക്കുമ്പോഴാണ് നാം നമ്മുടെ ബുദ്ധിശൂന്യതയെക്കുറിച്ചു ബോധവാന്മാരാകുന്നത്. സ്വച്ഛമായ പ്രകൃതി ഒരിക്കലും കണ്ടിട്ടില്ലാത്ത, പരിസ്ഥിതി മലിനീകരണത്തിന്റെ ദോഷഫലങ്ങൾ അനുഭവിച്ചുകൊണ്ടിരിക്കുന്ന കുട്ടികൾക്ക് പരിസ്ഥിതിനാശത്തിന്റെ ഫലമായുണ്ടാകുന്ന പ്രശ്നങ്ങളെക്കുറിച്ച് മനസ്സിലാക്കിക്കൊടുക്കുന്നതിന് ഇന്നത്തെ പ്രകൃതിയും പണ്ടത്തെ പ്രകൃതിയും തമ്മിൽ ഒരു താരതമ്യത്തിലൂടെ മാത്രമേ സാധിക്കൂ എന്ന തിരിച്ചറിവിൽ നിന്നാണ് ഈ പുസ്തകത്തിന്റെ ജനനം.

ഭാഗ്യവശാൽ കാവും കുളവും വയലും കാടും കൃഷിയിടങ്ങളും നിറഞ്ഞ കൊടുവഴന്നൂർ എന്ന ഗ്രാമത്തിന്റെ വിശുദ്ധിയിൽ ജനിച്ചു വളരാനുള്ള സൗഭാഗ്യം ലഭിച്ച എനിക്ക് കുട്ടിക്കാലത്ത് കിട്ടിയ പ്രകൃതി അനുഭവങ്ങളാണ് എന്നെ ഒരു പ്രകൃതി സ്നേഹിയാക്കിയത്. അവിടത്തെ പ്രകൃതിയും മനുഷ്യരും എന്റെ ജീവിതത്തിൽ ചെലുത്തിയ സ്വാധീനം വളരെ വലുതാണ്. കുട്ടിക്കാലത്ത്, വയലേലകൾക്കു നടുവിലൂടെ രണ്ടു കിലോമീറ്ററിലധികം നടന്ന് സ്കൂളിലേക്കു പോകുമ്പോൾ, ആ നെൽവയലുകൾ സമ്മാനിച്ച പ്രകൃതിപാഠത്തിൽനിന്നാണ് ആവാസവ്യവസ്ഥയുടെ സന്തുലനത്തെക്കുറിച്ചും കേരളത്തിലെ കൃഷിരീതികളെക്കുറിച്ചും ജൈവവൈവിദ്ധ്യത്തെക്കുറിച്ചും ജലചക്രത്തെക്കുറിച്ചുമെല്ലാം ഞാൻ പഠിച്ചത്. കുട്ടിക്കാലത്ത് രാലൂർക്കാവിനടുത്തുള്ള കാട്ടിലൂടെയുള്ള യാത്രയിലൂടെയാണ് കാട് എന്ന സങ്കല്പം എന്റെ കൊച്ചുമനസ്സിൽ ഇടം നേടിയത്. പലപ്പോഴും കൺമുന്നിൽ വന്നു പെട്ടിട്ടുള്ള കുറുക്കൻമാരും രാത്രിയിലെ അവയുടെ കൂവലും കുട്ടിക്കാലത്തെ പേടികളിലൊന്നായിരുന്നു. അന്നത്തെ ഓർമ്മകൾ മനസ്സിൽ വിതച്ച അനുഭൂതികൾ ഇന്നത്തെ കുരുന്നുകളുടെ നമസ്സിലേക്ക് പകർന്നു നല്കുവാനുള്ള ആഗ്രഹമാണ് ഇത്തരമൊരു പുസ്തകത്തിന്റെ രചനയിലേക്ക് എന്നെ നയിച്ചത്. ഭൂമിയുടെ നൈസർഗ്ഗികതകളെന്തും മനോഹരങ്ങളാണെന്നും അവയെ നിലനിർത്തുന്നത് ഭൂമിയുടെ സന്തുലിതാവസ്ഥ പാലിക്കുന്നതിന് അത്യാവശ്യമാണെന്നുമുള്ള തിരിച്ചറിവ് ഉണ്ടായാലേ മനുഷ്യർ

പരിസ്ഥിതി സംരക്ഷണത്തിനു ബോധപൂർവ്വമായ ശ്രമം നടത്തുകയുള്ളു. ഇന്നത്തെകുട്ടികളുടെ മനസ്സിൽ പ്രകൃതിസ്നേഹം ജനിച്ചാൽ മാത്രമേ ക്ലാസ്റൂമുകളിൽനിന്നു ലഭിക്കുന്ന അറിവിന്റെ കണികകൾ പ്രായോഗികമാക്കി നാം അധിവസിക്കുന്ന ഭൂമിയെ സ്വച്ഛമായും ഹരിതമയമായും അവശേഷിക്കുന്ന തനിമകളോടെയും കാക്കുവാൻ സാധിക്കുകയുള്ളു. നമ്മുടെ പ്രകൃതിയുടെ നഷ്ടമായ നന്മകളിലേക്ക് അവരുടെ മനസ്സുണർത്താൻ ഈ പുസ്തകം സഹായകമാകണമെന്നു ഞാൻ ആഗ്രഹിക്കുന്നു. എന്നെ നിലനിർത്തുന്ന ഈ പ്രകൃതിയെപ്പോലെ എന്നും നന്മ പേറുന്ന മനസ്സുള്ള എന്റെ അച്ഛനും അമ്മയ്ക്കും എന്റെ ഈ പുസ്തകം സമർപ്പിക്കുന്നു

ഡോ. ഷീജാകുമാരി കൊടുവഴന്നൂർ

ഒന്ന്

അമേരിക്കയിൽനിന്ന് അമ്മയുടെ സ്വന്തം നാട്ടിലേക്ക് ഒരവധിക്കാലം ചെലവഴിക്കാനെത്തിയതാണ് അഭിജിത്തും അനഘയും. അമേരിക്കയിലെ തിരക്കു പിടിച്ച ലോകത്തുനിന്ന് കേരളീയഗ്രാമമായ അമ്മയുടെ നാട്ടിൽ എത്തിപ്പെട്ടതുമുതൽ ഇരുവർക്കും ഒരു അത്ഭുതലോകത്തിലെത്തിയതു പോലെയാണ്. രാത്രിയിൽ യാത്ര ചെയ്ത് ക്ഷീണിച്ചെത്തിയതായിട്ടുകൂടി അമ്മയുടെ തറവാട് അവർക്കു കാണാൻ ഒട്ടേറെ കൗതുകങ്ങൾ കാത്തുവച്ചിരുന്നു. അമേരിക്കയിൽ അവർക്കു പരിചയമുള്ള രീതികളേയല്ല അമ്മയുടെ തറവാട്ടിൽ. താഴംപൂവിന്റെ ഗന്ധമുള്ള മുറികളും, കൊത്തു പണികളുള്ള മച്ചും നടുമുറ്റവും ഒക്കെയായി അന്ന് ഉറങ്ങുവോളം അവരുടെ മനസ്സിൽ അത് കൗതുകം വിതച്ചു

അഭിയുടെയും അനഘയുടെയും അച്ഛന് അമേരിക്കയിലാണു ജോലി. അനഘയ്ക്ക് രണ്ടു വയസ്സുള്ളപ്പോളാണ് അവരുടെ കുടുംബം അമേരിക്കയിലേക്കു ചേക്കേറിയത്. അഭി ജനിച്ചതും വളർന്നതും അമേരിക്കയിലാണ്. ഒരിക്കൽപ്പോലും പിന്നീടാ കുടുംബം നാട്ടിൽ വന്നിട്ടില്ല. എങ്കിൽ കൂടി കുട്ടികൾ മലയാളം അറിയണമെന്നും പഠിക്കണമെന്നും അച്ഛനുമമ്മയ്ക്കും നിർബ്ബന്ധമായിരുന്നു. ഒഴിവു സമയങ്ങളിൽ ചിലപ്പോഴൊക്കെ അച്ഛനുമമ്മയും ഇങ്ങു കേരളത്തിൽ സ്വന്തം നാട്ടിനെക്കുറിച്ചുള്ള ഓർമ്മകളും വിശേഷങ്ങളും പങ്കു വയ്ക്കാറുണ്ടായിരുന്നു. മറ

ക്കാതെ മനസ്സിൽ സൂക്ഷിക്കാനുള്ള ഓർമ്മച്ചിത്രങ്ങൾ. അവയിലൂടെ അഭിയും അനഘയും കേരളത്തിന്റെ കാണാത്ത കാഴ്ചകൾ സങ്കല്പത്തിൽ ആസ്വദിച്ചു. പിന്നെയതവർക്കൊരു ഹരമായി

അമ്മയുടെയും അച്ഛന്റെയും നാവിലൂടെ മാത്രം പരിചയമുള്ള കേരളത്തനിമകൾ കാണണമെന്നു വാശിപിടിച്ചതു കൂടുതലും അഭിയാണ്. അമ്മയുടെ നാട്ടിൽ പോകണമെന്നും ഫോണിന്റെ മറുതലയ്ക്കൽനിന്നെത്തുന്ന സ്നേഹം തുളുമ്പുന്ന ശബ്ദങ്ങളായി മാത്രം പരിചയമുള്ള മുത്തച്ഛനെയും മുത്തശ്ശിയെയും നേരിൽ കാണണമെന്നും അവൻ എന്നും പറയുമായിരുന്നു. അവന്റെ ആഗ്രഹത്തിന് അനഘ പിന്തുണ പ്രഖ്യാപിച്ചതോടെ ആഗ്രഹം ശക്തമായി. അങ്ങനെയാണ് ഒടുവിൽ കേരളത്തിലേക്ക് ഒരവധിക്കാലസന്ദർശനത്തിന് അച്ഛൻ അനുമതി നല്കിയത്. അച്ഛന് ഔദ്യോഗിക തിരക്കുകളാൽ അവരോടൊപ്പം വരാൻ കഴിയാത്തതു കൊണ്ട് അമ്മയും അഭിയും അനഘയും കൂടിയാണ് കേരളത്തിലേക്ക് പോന്നത്. പോരുമ്പോൾ അച്ഛൻ ഒരു ഉപാധി വച്ചിരുന്നു. അച്ഛനു വരാൻ കഴിയാത്തതുകൊണ്ട് നാട്ടിൽ അവർ കാണുന്ന എല്ലാ കാര്യങ്ങളെയുംകുറിച്ച് തിരികെ ചെല്ലുമ്പോൾ അച്ഛനു പറഞ്ഞു കൊടുക്കണമെന്ന്. അഭിയും അനഘയും അത് സമ്മതിച്ചിരുന്നു.

രാവിലെ ഏഴുമണി. അഭി ഉറക്കമുണർന്ന് മുറ്റത്തേക്ക് വന്നതേയുള്ളു. ഇലച്ചില്ലകൾക്കിടയിലൂടെ അരിച്ചരിച്ചു വരുന്ന സൂര്യരശ്മികൾ മുറ്റത്തേക്ക് പതിക്കുന്ന ചേതോഹരമായ കാഴ്ചയാണവനെ എതിരേറ്റത്. എത്ര സുന്ദരം! അവൻ മനസ്സിൽ പറഞ്ഞു. ഈ ഗ്രാമത്തിലെ പ്രഭാതത്തിനെന്തു സൗന്ദര്യമാണ്! അമേരിക്കയിലെ പ്രഭാതങ്ങൾക്കീ ഭംഗിയില്ല. പടുകൂറ്റൻ കെട്ടിടങ്ങൾക്കു പിന്നിൽനിന്ന് സൂര്യൻ ഉയർന്നു വരുമ്പോഴേക്കും സ്കൂളിൽ പോകാനുള്ള സമയമായിട്ടുണ്ടാകും. അച്ഛൻ ഓഫീസിലേക്ക് പോകുന്ന വഴിക്ക് തന്നെയും ചേച്ചിയെയും സ്കൂളിലാക്കിയിട്ടേ പോകാനാകു എന്നതിനാൽ നേരത്തേ തന്നെ സ്കൂളിലേക്ക് പുറപ്പെടുകയാണു പതിവ്. അതിനാൽ പ്രഭാതങ്ങളുടെ ഭംഗിയാസ്വദിച്ചു നില്ക്കാൻ ഒരിക്കലും കഴിഞ്ഞിട്ടില്ല. അമേരിക്കയിലെ പ്രഭാതങ്ങൾക്കെപ്പോഴും തിരക്കിന്റെ പരിവേഷമാണ്. അഭി ഓർത്തു. ഒരു ചെറിയ അവധിക്കാലം ചെലവഴി

ക്കാനാണെങ്കിൽക്കൂടി അമ്മയുടെ നാട്ടിലെ ഈ ഗ്രാമപ്രദേശത്തു വന്നതു നന്നായെന്ന് അവനു തോന്നി.

മുറ്റത്ത് ഒന്നു രണ്ടു കാക്കകൾ തീറ്റതേടുന്ന തിരക്കിലാണ്. കറുത്തു മിന്നുന്ന അവയുടെ തൂവലുകൾ ഇളവെയിലിൽ തിളങ്ങുന്നു. ആകൃതിയൊത്ത ചുണ്ടുകൾകൊണ്ട് അവ മുറ്റത്തു നിന്നെന്തൊക്കെയോ കൊത്തിപ്പെറുക്കുകയാണ്. അഭി നോക്കി നിന്നു. അവ പേടിയോടെ ചാഞ്ഞും ചരിഞ്ഞും നോക്കി, ചാടിച്ചാടി ദൂരേക്ക് മാറിപ്പോയി

മുറ്റത്തിനോരത്ത് രാജീവ് മാമൻ തന്റെ സൈക്കിൾ തുടച്ചു വൃത്തിയാക്കുന്ന ജോലിയിലാണ്. അധികം ദൂരേക്കല്ല യാത്രയെങ്കിൽ മാമൻ സൈക്കിളേ ഉപയോഗിക്കാറുള്ളു. കാറുപയോഗിക്കില്ല. പരിസ്ഥിതി പ്രേമിയാണു മാമൻ എന്നമ്മ പറയാറുണ്ട്. ചെലവില്ല, മലിനീകരണമില്ല, നല്ല വ്യായാമവുമായി. സൈക്കിൾ യാത്രയുടെ മേന്മകളായി രാജീവ് മാമനു ചൂണ്ടിക്കാട്ടാനുള്ളത് ഇതൊക്കെയാണ്. അഭിക്ക് രാജീവ് മാമനോട് ആരാധനയാണ്. അമ്മ എപ്പോഴും പറയും. മാമനെപ്പോലെ ഒരു സഹോദരനെക്കിട്ടാൻ പുണ്യം ചെയ്യണം എന്ന്. മാമൻ നല്ല കാര്യങ്ങളേ ചെയ്യാറുള്ളുഎന്നും ഒരുപാട് അറിവുള്ള ആളാണ് മാമനെന്നും ഒക്കെ. ഫോണിൽ ഇടയ്ക്കിടയ്ക്ക് സംസാരിക്കുമ്പോൾ അഭിക്ക് ഒരു കാര്യം കൂടി തോന്നിയിട്ടുണ്ട്. നല്ല സ്നേഹമുള്ള ആളാണു മാമനെന്ന്. വളരുമ്പോൾ മാമനെപ്പോലെയാകണമെന്നാണ് അവന്റെ ആഗ്രഹം.

മാമൻ സൈക്കിൾ തുടയ്ക്കുന്നതും നോക്കി അഭി അങ്ങനെ നില്ക്കുകയാണ്. പെട്ടെന്ന് പരിസരത്തിന്റെ നിശ്ശബ്ദതയെ ഭേദിച്ചുകൊണ്ട് ഏതോ ഒരു പക്ഷിയുടെ കൂവൽ കേട്ടു. മാമനതു ശ്രദ്ധിച്ചതേയില്ല. അതെന്തു പക്ഷിയാവും? കൂവൽ കേട്ടിടത്തേക്ക് അഭി നോക്കി. ഒന്നിനെയും കാണുന്നില്ല. ഇളംകാറ്റിലിളകുന്ന ഇലകൾ മാത്രം. അവൻ വീണ്ടും സൂക്ഷിച്ചു നോക്കി. മുറ്റത്തിനപ്പുറത്തെ വാഴകൾക്കിടയിൽ ഒരു ചെറിയ അനക്കം. ഒരു പക്ഷിയുടെ നീലിച്ച ശിരസ്സാണാദ്യം കണ്ടത്. പിന്നാലെ, നീണ്ട കഴുത്തും കാലുകളും.....

“പീകോക്ക് പീക്കോക്ക്” അഭി വിളിച്ചു കൂവി. പല്ലു തേച്ചു കൊണ്ടു നില്ക്കുകയായിരുന്ന അനഘ ഓടിവന്നു.

“എവിടെ എവിടെ?”

"അതാ ആ വാഴയുടെ മറവിൽ" അഭി വിരൽ ചൂണ്ടി. വാഴയുടെ മറവിൽ എന്തോ കൊത്തിത്തിന്നു നില്ക്കുന്ന ഭംഗിയുള്ള ഒരു ആൺമയിൽ. പുലർകാലസൂര്യന്റെ ഇളം വെളിച്ചത്തിൽ അതിന്റെ പീലികൾ തിളങ്ങുന്നു. പരിസരത്തെക്കുറിച്ച് തീരെ ശ്രദ്ധിക്കാതെ അത് തീറ്റയിൽ മുഴുകി നില്ക്കുകയാണ്.

"ശര്യാ ശര്യാ. രാജീവ് മാമാ, മയിലതാ മയിൽ " സന്തോഷം സഹിക്കവയ്യാതെ അനഘ ഉറക്കെ വിളിച്ചു പറഞ്ഞു. സൈക്കിൾ തുടച്ചു കൊണ്ടിരുന്ന തുണി കഴുകി പിഴിയുന്നതിനിടയിൽ രാജീവ് അനഘ ചൂണ്ടിക്കാട്ടിയ ഭാഗത്തേക്കു നോക്കി. വാഴക്കൂട്ടത്തിനിടയിലേക്ക് മെല്ലെ നടന്നു നീങ്ങുകയാണ് ആ മയിൽ.

"മയിലിനെ കണ്ടോ മാമാ മയിൽ?" അഭിക്ക് ഉത്സാഹം സഹിക്കുന്നില്ല.

"കണ്ടെടാ അത് ഇവിടെ ഇടയ്ക്കിടെ വരാറുള്ളതാണ്" തെല്ല് നിസ്സംഗതയോടെ നിസ്സാരമട്ടിൽ രാജീവ് മാമൻ പറഞ്ഞു. പകലുകളിൽ പലപ്പോഴും ലഭിച്ചിട്ടുള്ള മയൂരദർശനം ഇപ്പോൾ അദ്ദേഹത്തിന് ഒരു പുതുമയല്ലാതായിരിക്കുന്നു.

"ങേ , ഇതിവിടെ ഇടയ്ക്കിടെ വരാറുണ്ടെന്നോ? എന്തു ഭാഗ്യാ" അഭി അത്ഭുതം കൂറി

"അതേ കുഞ്ഞേ, സുബ്രഹ്മണ്യന്റെ വാഹനമാണ് മയിൽ. ഈ പ്രദേശത്ത് ഈശ്വരസാന്നിദ്ധ്യമുണ്ടാകും. അതാണ് ഇടയ്ക്കിടെ മയിൽ ഇവിടെ വരുന്നത്. അത് ശരിക്കും ഭാഗ്യം തന്നെയാണ്" മുറ്റത്ത് കൂട്ടിയിട്ടിരുന്ന തേങ്ങ അറപ്പുരയിലേക്ക് മാറ്റിക്കൊണ്ടിരിക്കുകയായിരുന്ന ജോലിക്കാരൻ ദാസേട്ടൻ പറഞ്ഞു

"ആണോ രാജീവ് മാമാ" വിശ്വാസം വരാത്ത മട്ടിൽ അഭി ചോദിച്ചു. മാമൻ പറഞ്ഞാലേ അവന് ഉറപ്പുള്ളു.

"അതൊക്കെ വിശ്വാസങ്ങളല്ലേ മോനേ?"

"അപ്പോൾ മയിൽവരുന്നത് ഭാഗ്യമല്ലേ മാമാ? ഒന്നുമല്ലേൽ കാണാൻ പറ്റുന്നതു തന്നെ ഭാഗ്യമല്ലേ? എന്തു ഭംഗ്യാ മയിലിന്!"

"മയിലിന് ഭംഗിയൊക്കെയുണ്ട്. പക്ഷേ, മോൻ കരുതുന്നതുപോലെ മയിലുകൾ നാട്ടിലിറങ്ങുന്നത് ഒരു ഭാഗ്യമൊന്നുമല്ല കേട്ടോ"

"അതെന്താ മാമാ? "

"മയിലുകൾ നാട്ടിൽ വരുന്നത് നാട്ടിൽ വരൾച്ചയുണ്ടാകുന്നുവെന്നതിന്റെ സൂചനയാണ്."

ഒരു തേങ്ങ വലതു കക്ഷത്തും, ഒന്നു രണ്ടെണ്ണം വീതം വലതും ഇടതു കൈകാലിലും തൂക്കി അറപ്പുരയിലേക്ക് നടക്കാനൊരുങ്ങിയ ദാസേട്ടൻ പിടിച്ചു നിർത്തിയതുപോലെ നിന്നു.

“എന്തു പറ്റി ദാസേട്ടാ? ”ഒരു പുഞ്ചിരിയോടെ രാജീവ് ചോദിച്ചു

“കുഞ്ഞെന്താ പറഞ്ഞത്? മയിലുകൾ വരുന്നത് വരൾച്ച വരാൻ പോകുന്നുവെന്നതിന്റെ സൂചനയാണെന്നോ? മഹാപാപം പറയല്ലേ. ദൈവവാഹനമാണ് മയിൽ. അതു വരുന്നത് ദോഷത്തെയല്ല, പുണ്യത്തെയാ സൂചിപ്പിക്കുന്നത്.”

“അതൊക്കെ പണ്ടത്തെ വിശ്വാസങ്ങളാണു ദാസേട്ടാ. അതങ്ങനിരുന്നോട്ടെ. പക്ഷേ, ഞാൻ പറഞ്ഞത് മറ്റൊന്നാണ്. പണ്ടൊക്കെ മയിൽ ഉത്തരേന്ത്യയിൽ മാത്രമാണുണ്ടായിരുന്നത്. അന്നൊക്കെ നമ്മൾ മയിലിനെ കണ്ടിട്ടുള്ളത് കാഴ്ചബംഗ്ലാവിൽ മാത്രമല്ലേ? ഇത് ഒരു ഉഷ്ണമേഖലാ പക്ഷിയാണ്. ഇവ ഇപ്പോൾ കേരളത്തിൽ എണ്ണത്തിൽ കൂടി വരുന്നത് ഇവിടത്തെ കാലാവസ്ഥയിൽ വന്ന വ്യത്യാസം കൊണ്ടാണ് എന്നാണ് പക്ഷിശാസ്ത്രജ്ഞർ പറയുന്നത്.”

“ആണോ കുഞ്ഞേ? ” അമ്പരപ്പോടെ ദാസേട്ടൻ ചോദിച്ചു. “ഇപ്പോഴിപ്പോൾ നമ്മുടെ നാട്ടിൽ ചൂടു കൂടുതൽ തന്നെയാണ്. പക്ഷേ, മയിലുകൾ കൂടുതലായി കണ്ടു തുടങ്ങിയത് അതു കൊണ്ടാണെന്ന് എനിക്കറിയില്ലായിരുന്നു ”അയാൾ കൂട്ടിച്ചേർത്തു.

അഭി മയിലിന്റെ ചലനങ്ങൾ തന്നെ നോക്കി നില്ക്കുകയാണ്. വശ്യമായ ആകൃതിയും മനോഹരമായ തിളങ്ങുന്ന നീല നിറവും വാലിന്റെ ഭാഗത്തെ പീലിത്തഴപ്പുമൊക്കെയായി കൗതുകകരമായ അതിന്റെ രൂപഭംഗി അവനെ വളരെ ആകർഷിച്ചിരുന്നു.

“കേരളത്തിലിപ്പോൾ ഒത്തിരി മയിലുകളുണ്ടോ മാമാ?” മയിലിൽ നിന്നു കണ്ണുകളെടുക്കാതെ അഭി ചോദിച്ചു.

“ലോക പക്ഷി നിരീക്ഷണസംഘടനയായ ഇ ബേർഡിന്റെ കണക്കു പ്രകാരം കേരളത്തിൽ കഴിഞ്ഞ കാൽ നൂറ്റാണ്ടുകാലമായി മയിലുകളുടെ എണ്ണത്തിൽ വൻ വർദ്ധനയാണത്രെ. 1989 വരെ മയിലുകളെ പാലക്കാടും വയനാടും ജില്ലകളിൽ അപൂർവ്വമായി കാണപ്പെട്ടിരുന്നു. എന്നാൽ 2010 ആയതോടെ തെക്കൻ ജില്ലകളായ കൊല്ലം തിരുവനന്തപുരം ജില്ലയിലും അവയെ കണ്ടു തുടങ്ങിയിരിക്കുന്നു. 2015 ലെ കണക്കനുസരിച്ച് ഇവ മറ്റു ജില്ല

കളിലും കാണപ്പെടുന്നുണ്ട്. പാലക്കാടും തൃശ്ശൂരുമാണ് ഇവ ഏറ്റവുമധികം വർദ്ധിച്ചത്."

"കുറെ മയിലുകളെ പിടിച്ചു വളർത്തിയാൽ എന്തു രസമായിരിക്കും അല്ലേ രാജീവ് മാമാ?"അനഘ ചോദിച്ചു.

"കേരളത്തിൽ അങ്ങനെ മയിലുകളെ സംരക്ഷിക്കുന്ന സ്ഥലമുണ്ട് മോളെ. പാലക്കാട്ടെ ചൂലന്നൂർ മയിൽ സങ്കേതം."

"എന്താണ് രാവിലെ മയിലുകളെപ്പറ്റി ചർച്ച?" മുറ്റത്തേക്ക് വന്ന അഭിയുടെ അമ്മ രാധിക ചോദിച്ചു.

"അമ്മേ കണ്ടോ, ദേ മയിൽ " അഭി ചൂണ്ടിക്കാട്ടി.

"മയിലോ എവിടെ എവിടെ? " അത്ഭുതത്തോടെ രാധിക മുന്നോട്ടു നീങ്ങി. മയിലിനെക്കാണാൻ മൃഗശാലയിലെ കൂട്ടിനരികിൽ പണ്ട് ഏറെ നേരം നിന്നത് രാധികയുടെ മനസ്സിൽ ഓടിയെത്തി. വേണമെങ്കിലെന്നെ നന്നായി കണ്ടോളു എന്നു പറയുന്ന മട്ടിൽ മയിൽ തറയിൽനിന്ന് പുരയിടത്തിൽനിന്ന മാവിന്റെ ഒരു താണ ശിഖരത്തിലേക്ക് പറന്നേറി. അനഘ അപ്പോഴേക്കും അകത്തേക്കോടി ക്യാമറയുമായി എത്തി. ഒരു ഫോട്ടോയെടുത്തതേയുള്ളു. അതിഷ്ടപ്പെടാത്ത മട്ടിൽ മയിൽ പറന്നു നീങ്ങിക്കളഞ്ഞു. "അമ്മയറിഞ്ഞോ? കേരളത്തിലിപ്പോൾ മയിലുകളുടെ എണ്ണം കൂടുകയാണത്രെ." അഭി അറിയിച്ചു.

"ആണോ രാജീവേ?" അമ്മ ചോദിച്ചു.

"അതേ ചേച്ചി മയിലുകളുടെ ആവാസത്തിന് അനുയോജ്യമായ വിധം ഇവിടെ ചൂടുകൂടുന്നതുകൊണ്ടാണ് ഇവയുടെ എണ്ണം കൂടുന്നതെന്നാണ് കണ്ടെത്തിയിട്ടുള്ളത്"

"ഇവിടെയിപ്പോൾ പണ്ടത്തേതിനേക്കാൾ ചൂടു കൂടുതൽ തന്നെ." രാധിക പറഞ്ഞു

"മയിൽ മാത്രമല്ല ചേച്ചി, കേരളത്തിൽ ഉഷ്ണകാലാവസ്ഥയുടെ അതിഥികൾ കൂടിക്കൊണ്ടിരിക്കുന്നു. പണ്ട് കേരളത്തിൽ വളരാൻ മടിച്ചിരുന്ന റംബൂട്ടാൻ പോലുള്ള വൃക്ഷങ്ങളും ഈ കാലാവസ്ഥാ വ്യതിയാനംമൂലം ഇവിടെ നന്നായി വളരുകയും കായ്ക്കുകയും ചെയ്യുന്നുണ്ട്."

"ഇവിടം ഒരു പാടു മാറിയിരിക്കുന്നു. അല്ലേ?"

"തീർച്ചയായും ചേച്ചീ. നമ്മുടെ കുട്ടിക്കാലത്തുണ്ടായിരുന്ന സ്വച്ഛമായ പ്രകൃതിയിൽനിന്നും എത്രയോ മാറിപ്പോയി. ഇപ്പോഴത്തെ പ്രകൃതി. അതിന്റേതായ ദോഷഫലങ്ങളാണ് ഇപ്പോൾ

നമ്മുടെ നാട് അഭിമുഖീകരിക്കുന്നത്."

"എന്തു നല്ലതായിരുന്നു നമ്മുടെ കുട്ടിക്കാലം .ല്ലേടാ? " അമ്മ ബാല്യകാലത്തിന്റെ ഓർമ്മകളിലേക്ക് ഓടിപ്പോയി. രാജീവ് ഒന്നും മിണ്ടിയില്ല. അയാളുടെയും ചിന്തകളിൽ തനിമയുടെ മനോഹാരിതയുമായി ഒരു ഭൂതകാലം വിടർന്നു നിന്നു. ഈറൻ പുതച്ച ഇടവപ്പാതി ദിനങ്ങളിൽ തിമിർത്തു പെയ്യുന്ന മഴയിൽ ഇറങ്ങി കുളിക്കുമായിരുന്ന, കുടചൂടിയാലും ഏറക്കുറെ നനഞ്ഞ അവസ്ഥയിൽ നനഞ്ഞ് പള്ളിക്കൂടത്തിന്റെ തിണ്ണയിൽ കുളിരിൽ വിറച്ചുനിന്നിരുന്ന, മഴ തീർന്ന മാസങ്ങളിൽ നാടാകെ വിരിയുന്ന വസന്തത്തിന്റെ സമ്മാനങ്ങളായ പൂവുകളിറുത്ത് മാലകോർത്തിരുന്ന, വേനൽമാസങ്ങളിൽ പൈക്കളെ മേയ്ക്കുവാൻ പാടത്തെ വെള്ളി വെയിലിൽ മടിയില്ലാതെ പോയിരുന്ന തന്റെ കുട്ടിക്കാലം അയാളിൽ വല്ലാത്ത ഒരു നഷ്ടബോധം നിറച്ചു.

"നമുക്കാ മയിലിന്റെ പിന്നാലെ പോയാലോ?" അഭി അനഘയോടു ചോദിച്ചു.

"തല്ക്കാലം രണ്ടുപേരും വന്ന് ബ്രേക്ക്ഫാസ്റ്റ് കഴിക്ക്. അതുകഴിഞ്ഞ് പോകാം എവിടെയായാലും" അമ്മ പറഞ്ഞു.

"അപ്പോഴേക്കും മയിൽ ദൂരെ പോകില്ലേ? മാമനും കൂടി വരണം നമുക്ക് ഇപ്പോൾത്തന്നെ പോയി വേഗം തിരിച്ചുവരാം." അഭി ചിണുങ്ങി.

"നോക്ക് മോനേ, ആഹാരം കഴിച്ചിട്ടാണെങ്കിൽ ഞാനും മാമനും കൂടി വരാം നിങ്ങളുടെ കൂടെ. നമുക്ക് ഒന്നു കറങ്ങി വരാം" അമ്മ അവനെ സോപ്പിട്ടു

"ശരിയാണ് നമുക്ക് ഒരുമിച്ച് പോകാം. ചേച്ചി ഇവിടെ വന്നിട്ട് 7 വർഷമായില്ലേ? നമ്മുടെ നാട് ഇപ്പോൾ എങ്ങനെയുണ്ടെന്ന് കാണാലോ." രാജീവ് അനുഭാവം പ്രകടിപ്പിച്ചു

"എങ്കിൽ ബ്രേക്ക്ഫാസ്റ്റെടുത്തു വച്ചോളു. ഞങ്ങൾ റെഡി." അഭി തിടുക്കത്തിലാണ്

"അതിന് നീ പല്ലു തേച്ചോ? അയ്യേ.... ഒരാൾ പല്ലു തേയ്ക്കാതെ തിന്നാൻ റെഡിയായി നില്ക്കുകയാണ്" അനഘ കളിയാക്കി.

"യ്യോ ഞാൻ പല്ലു തേയ്ക്കാൻ മറന്നു പോയി" അഭി തല ചൊറിഞ്ഞു.

"ദേ ഇപ്പോഴെത്താം അമ്മേ ബ്രഷെവിടെ?"

"ബ്രഷ് ഇനി വാങ്ങിയേ പറ്റു. തല്ക്കാലം ദാ ഈ ഉമിക്കരികൊണ്ട് പല്ലു തേയ്ക്കു." അമ്മ കുറച്ച് ഉമിക്കരി അവനു നല്കി. അഭി അതിൽ സൂക്ഷിച്ചു നോക്കി. ജീവിതത്തിലാദ്യമായാണ് അവൻ ഉമിക്കരി കാണുന്നത്. കണ്ടപാടെ അവനതിനെ വെറുത്തു. മധുരമുള്ള, പതയുന്ന, വെളുത്ത ടൂത്ത്പേസ്റ്റിനു പകരം കറുത്ത നിറമുള്ള ഉമിക്കരി. അവൻ ദയനീയമായി അമ്മയെ നോക്കി. അവന്റെ മനസ്സു വായിക്കാൻ കഴിഞ്ഞ അമ്മ പറഞ്ഞു.

"ഒരു ദിവസത്തേക്ക് നീയൊന്ന് അഡ്ജസ്റ്റ് ചെയ്യ്. നാളെ ബ്രഷും പേസ്റ്റും വാങ്ങാം. ഇതിന്റെ രുചി ഒന്നറിയുകയും വേണ്ടേ? നീ പറയാറില്ലേ, അമ്മയുടെ കുട്ടിക്കാലം പോലെയാകണം എന്റെ കുട്ടിക്കാലമെന്ന്? അമ്മ കുട്ടിക്കാലത്ത് പല്ലു തേച്ചിരുന്നത് ഇതു കൊണ്ടാണ്. നീയും ഒരു ദിവസമെങ്കിലും ഇതൊന്ന് ഉപയോഗിച്ച് നോക്ക്" അഭി മനസ്സില്ലാമനസ്സോടെ പല്ലിലേക്ക് ഉമിക്കരി തൊട്ടു. ഉപ്പും കുരുമുളകും പൊടിച്ചു ചേർത്ത ഉമിക്കരിയുടെ രുചി അവന് ഇഷ്ടപ്പെട്ടു.

"ഈ ഉമിക്കരി എവിടെന്നാമ്മേ കിട്ടുന്നത്?" അഭി ചോദിച്ചു.

"ഇത് നെല്ലിന്റെ ഉമി കരിച്ചുണ്ടാക്കുന്നതാ മോനേ."

"ഈ നെല്ലെവിടെക്കിട്ടും?"

"ഈ നാട്ടിൽ നെല്ല് കൃഷി ചെയ്യുന്ന പാടങ്ങൾ ധാരാളമുണ്ട്. അവിടെ വിളയിച്ചെടുക്കുന്നതാണ്" അമ്മ പറഞ്ഞു.

"ചേച്ചി ഇപ്പറഞ്ഞത് കേരളത്തിന്റെ ഭൂതകാലം മാത്രമാണ് കേട്ടോ. ഇപ്പോൾ നമ്മുടെ നാട്ടിലെ നെല്പാടങ്ങളിൽ നല്ലൊരു ഭാഗവും മണ്ണിട്ടു മൂടി മറ്റ് പല ആവശ്യങ്ങൾക്കായി മാറ്റിയെടുത്തു. ശേഷിച്ചവയാകട്ടെ, തരിശിട്ടിരിക്കയുമാണ്. അതുകൊണ്ട് പണ്ടുണ്ടായിരുന്ന നെൽകൃഷിയുമായി താരതമ്യം ചെയ്യുമ്പോൾ ഇപ്പോഴത് നാമമാത്രമാണെന്നു തന്നെ പറയാം." രാജീവ് മാമൻ പറഞ്ഞു

"നെല്പാടങ്ങൾ എന്തിനു വേണ്ടിയാണ് മണ്ണിട്ടു നികത്തിയത്?" രാധിക ചോദിച്ചു.

"പുതിയ റോഡുകളുണ്ടാക്കാൻ, കെട്ടിടങ്ങൾ വയ്ക്കാൻ, ഭക്ഷ്യവിളകളേക്കാൾ ലാഭം കിട്ടുന്ന നാണ്യവിളകൾ കൃഷി ചെയ്യാൻ ഒക്കെയാണ് വയലുകളെ ഇല്ലാതാക്കിയത്. വയലിനേക്കാൾ വില പുരയിടത്തിന് കിട്ടുമെന്നതുകൊണ്ട് ലാഭക്കൊതിയന്മാരായ ഭൂമാഫിയകളുടെ ഇടപെടലുകളും ഇക്കാര്യത്തിലുണ്ടായിട്ടുണ്ട്."

“അപ്പോൾ നെല്ലുല്പാദനം കുറയില്ലേ?”

“കുറയുമെന്നല്ല, 1960 നെ അപേക്ഷിച്ച് 2015–16 ൽ കേരളത്തിലെ അരി ഉല്പാദനം പകുതിയായിരിക്കുകയാണ്. ആവശ്യമുള്ള അരിക്ക് ഇപ്പോൾ അന്യസംസ്ഥാനങ്ങളെ ആശ്രയിക്കേണ്ട അവസ്ഥ വന്നു.. അരിക്ക് മാത്രമല്ല, മിക്കവാറും എല്ലാ ഭക്ഷ്യവസ്തുക്കൾക്കും ഇതേ ഗതി തന്നെ.”

“അതൊരു വല്ലാത്ത അവസ്ഥയാണല്ലോ? നമ്മുടെ നിലങ്ങളും ഞാറ്റടിയുമെല്ലാം ഇതുപോലെ തന്നെയാണോ.”

“അല്ല ചേച്ചീ നമ്മുടെ നിലങ്ങൾ നികഴ്ത്തിയിട്ടില്ല. എന്നാൽ ഒറ്റപ്പെട്ട നിലങ്ങളായതുകൊണ്ട് കൃഷിയിറക്കുമ്പോൾ കീടങ്ങളുടെ ശല്യവും കൃഷിച്ചെലവും കൂടുതലാണ്.”

കുറെനേരത്തേക്ക് ആരും ഒന്നും മിണ്ടിയില്ല. അഭിക്ക് അക്ഷമ വർദ്ധിച്ചു.

“നമുക്ക് ആഹാരം കഴിക്കാമമ്മേ മയിൽ അതിന്റെ പാട്ടിനു പോകും” അവൻ ക്ഷമകേട് പ്രദർശിപ്പിച്ചു.

ആഹാരം കഴിക്കാനിരുന്നപ്പോഴും അഭിയുടെ മനസ്സ് മയിലിന്റെ പിന്നാലെ തന്നെയായിരുന്നു. ഒരു മയിലിനെ വളർത്താൻ കിട്ടിയിരുന്നുവെങ്കിൽ! അവനോർത്തു. ആ മയിലിപ്പോൾ പോയിക്കാണുമോ? അനഘയ്ക്കതൊന്നും ഒരു വിഷയമേ അല്ല. മുത്തശ്ശിയുടെ സ്പെഷ്യൽ ആയ രുചിയുള്ള ദോശ അവൾ ആസ്വദിച്ചു തന്നെ കഴിക്കുകയാണ്. ഒരു കഷ്ണം ദോശ വായിൽ തിരുകിക്കൊണ്ടവൾ ചോദിച്ചു. “ഈ ഉഴുന്നെവിടന്നാ കിട്ടുന്നത് അമ്മൂമ്മേ?”

അവളുടെ തീറ്റ സാകൂതം നോക്കി നില്ക്കുകയായിരുന്ന അമ്മൂമ്മ പറഞ്ഞു: “ഇതു നമ്മുടെ വയലിൽത്തന്നെ കൃഷി ചെയ്തുണ്ടാക്കിയതാണ് മോളേ. ഒരു തവണ നെൽകൃഷി ചെയ്തു കഴിഞ്ഞാൽ അവിടെ ഉഴുന്നോ, പയറോ, മുതിരയോ കൃഷി ചെയ്യും അത് അടുത്തതവണ നെൽകൃഷി ചെയ്യുമ്പോൾ കൂടുതൽ വിളവ് കിട്ടാനുപകരിക്കും.”

“അതെങ്ങനെയാ അമ്മൂമ്മേ. ഉഴുന്നൊക്കെ കൃഷി ചെയ്യുമ്പോൾ അത് മണ്ണിലെ വളം ഉപയോഗിച്ചു തീർക്കുന്നതുകൊണ്ട് വിളവു കുറയുകയല്ലേ ചെയ്യേണ്ടത്?”

“ഉഴുന്നും മുതിരയുമൊക്കെ പയർ വർഗ്ഗത്തിൽപെട്ട സസ്യങ്ങളാണ്. ലെഗുമിനസ് പ്ലാന്റ്സ് എന്നു കേട്ടിട്ടില്ലേ? ഇവയുടെ വേരിൽ ചെറിയ മുഴകൾ പോലുള്ള ഭാഗങ്ങളുണ്ട്. ഇവയെ

മൂലാർബുദങ്ങൾ എന്നു പറയും. ഈ മൂലാർബുദങ്ങളിൽ ഉള്ള പ്രത്യേകതരം ബാക്ടീരിയയുടെ സാന്നിദ്ധ്യത്താൽ അന്തരീക്ഷ നൈട്രജനെ നൈട്രജൻ ലവണങ്ങളാക്കി സൂക്ഷിച്ചു വയ്ക്കാൻ ഇത്തരം സസ്യങ്ങൾക്കു കഴിയും. ഇവ നശിച്ചു മണ്ണോടു ചേർന്നു കഴിയുമ്പോൾ ഈ നൈട്രജൻ ലവണങ്ങൾ മണ്ണിൽ അഴുകിച്ചേർന്ന് മണ്ണിന്റെ ഫലപുഷ്ടി വർദ്ധിപ്പിക്കും. അതുകൊണ്ട് അടുത്ത തവണ നെല്ല് കൃഷി ചെയ്യുമ്പോൾ നെല്ലിന് കൂടുതൽ പോഷകങ്ങൾ ലഭിക്കുകയും നല്ല വിളവു കിട്ടുകയും ചെയ്യും" മാമൻ വിശദീകരിച്ചു.

"ആ സൂത്രം കൊള്ളാമല്ലോ?" അനഘ പറഞ്ഞു.

"ഈ സൂത്രത്തിനു പറയുന്ന പേരെന്താണെന്നറിയാമോ? വിള പര്യയം. ഇംഗ്ലീഷിൽ അതിനെ ക്രോപ്പ് റൊട്ടേഷൻ എന്നു പറയും. ഇതുകൊണ്ട് ഒരു ഗുണം കൂടിയുണ്ട്. നെൽകൃഷിയെത്തുടർന്ന് ഉറച്ച നിലയിലുള്ള പാടം കൊത്തിക്കിളച്ചിളക്കി പൊടിയാക്കിയ ശേഷമാണ് പയർവർഗ്ഗസസ്യം നടുന്നത് ഇപ്രകാരം മണ്ണ് നന്നായി ഇളകിക്കിടക്കുന്നതുകൊണ്ട് പിന്നീട് മഴ പെയ്യുമ്പോൾ മഴവെള്ളത്തിൽ നല്ലൊരു ഭാഗവും മണ്ണിലേക്ക് ആഴ്ന്നിറങ്ങും ഇങ്ങനെ മണ്ണ് ജലപൂരിതമായ ശേഷം ബാക്കിയുള്ള വെള്ളം മണ്ണിനു മുകളിൽ കെട്ടിക്കിടക്കും മെല്ലെ മെല്ലെ അത് മണ്ണിലേക്ക് കിനിഞ്ഞിറങ്ങും. അങ്ങനെ ആ കൃഷിരീതി ജലസംരക്ഷണത്തിനുള്ള മാർഗ്ഗവുമാകുന്നു."

"ഈ വയലും കൃഷിയുമൊക്കെ കാണിച്ചു തരുമോ രാജീവ് മാമാ?" അഭി ചോദിച്ചു.

"തീർച്ചയായും ഇന്നു നമുക്ക് വയൽ കാണാൻ പോകാം."

"പോകുന്നതൊക്കെ കൊള്ളാം . വെയിലു മൂക്കുന്നതിനു മുമ്പ് തിരിച്ചെത്തണം. തീ വെയിലാണ് വെയിൽ കൊണ്ടിട്ട് കുട്ട്യോൾക്ക് ശീലമുണ്ടാവില്ല" വാത്സല്യത്തോടെ അവരുടെ ശിരസ്സുകളിൽ തഴുകിക്കൊണ്ട് അമ്മൂമ്മ പറഞ്ഞു. ആ മെല്ലിച്ച കൈകളുടെ പരുപരുപ്പിൽ അപാരമായ സ്നേഹത്തിന്റെ തിരതള്ളൽ കുട്ടികൾ അനുഭവിച്ചു.

രണ്ട്

നാലംഗസംഘം അങ്ങനെ നാടുകാണാനിറങ്ങി. മയിലിനെ കാണാൻ പോകാമെന്നാണ് അഭി പറഞ്ഞതെങ്കിലും നടന്നു തുടങ്ങിയപ്പോൾ അവനതു മറന്നു. വഴിയിൽ കാണുന്ന ഓരോന്നിനെക്കുറിച്ചും സംശയങ്ങൾ ചോദിച്ചുകൊണ്ട് അഭിയും അനഘയും പ്രകൃതി നിരീക്ഷണത്തിൽ മുഴുകി നടക്കുകയാണ്. വയലിലേക്കു നീളുന്ന പാതയിലെത്തിയപ്പോൾ അമ്മ നിന്നു.

"രാജീവേ" അവർ വിളിച്ചു.

"എന്താ ചേച്ചീ?"

"ഈ പാത ഒരു ഇടവഴിയായിരുന്നകാലം നീ ഓർക്കുന്നുണ്ടോ?" വികാരഭരിതമായിരുന്നു അവരുടെ സ്വരം. കഷ്ടിച്ച് രണ്ടാൾക്ക് മുട്ടാതെ നടക്കാൻ മാത്രം വീതിയുണ്ടായിരുന്ന ഇടവഴി വർഷത്തിൽ മിക്കവാറും സമയവും ആ ഇടവഴിയുടെ അരികിലൂടെ ഒഴിഞ്ഞൊലിച്ചു പോകുന്നൊരു ജലപ്രവാഹമുണ്ടായിരുന്നു. അടുത്തുള്ള പുരയിടത്തിലെ ഊറ്റുകുഴിയിൽ നിന്ന് ജലം ചാലിട്ടൊഴുകിക്കൊണ്ടിരിക്കുമായിരുന്നു ആ ചാൽ മാടൻകാവിനടുത്തുള്ള ചെറുതോടിലേക്ക് ചേരാൻ തിരിയുന്ന ഭാഗത്ത്. സമൃദ്ധമായി വളർന്നു നില്ക്കുന്ന പൂക്കൈതക്കൂട്ടങ്ങളുണ്ടായിരുന്നു. അവ പൂവിടുമ്പോഴുയരുന്ന ശാലീനമായ ഗന്ധം പരിസരമാകെ പടരുമായിരുന്നു. കൈയെത്തുന്നയിടത്താണ്

പൂങ്കുലയെങ്കിൽ മുള്ളുകൊള്ളാതെ അതൊടിച്ച് നാണിയമ്മൂമ്മയ്ക്ക് കാഴ്ചവച്ച് പ്രസാദിപ്പിച്ച് ഉണ്ണിയപ്പമുണ്ടാക്കിച്ചിരുന്ന കാലം! നാണിയമ്മൂമ്മയുടെ വസ്ത്രങ്ങൾക്കും അതു സൂക്ഷിച്ചിരുന്ന പെട്ടിക്കും താഴമ്പൂവിന്റെ മണമായിരുന്നു. അമ്മൂമ്മ മരിച്ചെങ്കിലും താഴമ്പൂവിന്റെ മണം അമ്മൂമ്മയെ ഓർമ്മിപ്പിക്കാറുണ്ടിപ്പോഴും.

"ചേച്ചീ പണ്ടിവിടെനിന്ന് മാനത്തുകണ്ണിയെ പിടിച്ചിരുന്നത് ഓർമ്മയുണ്ടോ?" രാജീവ് ചോദിച്ചു.

"ഉവ്വ് കുളിത്തോർത്തുകൊണ്ട് മീൻ അരിച്ചു പിടിച്ചതിന് മാധവമ്മാമൻ നമ്മളെ രണ്ടുപേരെയും തല്ലിയതൊക്കെ ഇന്നലത്തേതുപോലെ ഓർക്കുന്നു."

"ഈ മാനത്തുകണ്ണി എന്താമ്മേ?" അനഘ ചോദിച്ചു.

"അതൊരു തരം ചെറിയ മീനാണ്. കൊതുകിന്റെ കൂത്താടികളെ ധാരാളമായി തിന്നു തീർക്കുന്ന ഒരു മത്സ്യമാണത്. പണ്ട് അതിവിടെ ധാരാളമുണ്ടായിരുന്നു."

"ഈ വഴിയിൽനിന്ന് എങ്ങനെയാ മാമാ മീൻ പിടിക്കുന്നത്? മത്സ്യം വെള്ളത്തിലല്ലേ കാണുന്നത്? ഇവിടെ വെള്ളമില്ലല്ലോ"അനഘയ്ക്ക് അതിശയം.

"ഈ വഴി പണ്ട് ഈ രൂപത്തിലല്ലായിരുന്നു. ഇടുങ്ങിയ ഈ വഴിയിലൂടെ എപ്പോഴും വെള്ളമൊഴുകിയിരുന്നു. ഞാനും ചേച്ചിയുമൊക്കെ ഈ വഴി വെള്ളത്തിൽ കളിച്ചു രസിച്ചായിരുന്നു സ്കൂളിൽ പോയിരുന്നത്."

അഭി അതു മനസ്സിൽ കണ്ടു. "ഇപ്പോഴെന്താ വെള്ളമൊഴുകാത്തത് മാമാ?"

"പണ്ടൊക്കെ ധാരാളം മഴ ലഭിച്ചിരുന്നതുകൊണ്ട് വെള്ളം പുരയിടങ്ങളിലും മലയിടുക്കുകളിലുമൊക്കെ കെട്ടിക്കിടക്കുമായിരുന്നു. അത് നേരിട്ടും, മണ്ണിൽ താണും ഉറവകളായി ഏറെക്കാലത്തോളം ജലം ചുരത്തുമായിരുന്നു. ഇപ്പോൾ ഇതുവഴി വെള്ളമൊഴുകി വരത്തക്കവിധം ഉറവകളില്ല, വെള്ളം കെട്ടിക്കിടക്കുന്ന ഇടങ്ങളുമില്ല." അമ്മ ഒന്നു നെടുവീർപ്പിട്ടതായി അനഘയ്ക്കു തോന്നി. പോയകാലത്തിന്റെ സ്മൃതികൾക്കത്രയേറെ മനോഹാരിതയുണ്ടെന്നും അമ്മ അതിനെ സ്നേഹിക്കുന്നുവെന്നും അവൾ തിരിച്ചറിഞ്ഞു.

"വെള്ളത്തിൽ കളിച്ചു നടക്കാനെന്തു രസമായിരിക്കും!" അഭി കൗതുകപ്പെട്ടു.

നടന്നു നടന്ന് വയൽക്കരയിലെത്തിയതവരറിഞ്ഞില്ല. കതിരണിഞ്ഞു നില്ക്കുന്ന നെല്പാടം. നെല്ലോലത്തുമ്പുകളിൽ അപ്പോഴും തങ്ങി നില്ക്കുന്ന മഞ്ഞിൻ കണങ്ങൾ സൂര്യരശ്മികളേറ്റു തിളങ്ങുന്നു. അനുവാദം ചോദിക്കാതെ കതിർ കൊയ്തു പറക്കുന്ന കുറെ കിളികൾ. അവയുടെ ചിറകടിയിൽ പാടത്തെ നിശ്ശബ്ദത ചിതറുന്നു. സമൃദ്ധിയുടെ ആ മനോഹര ദൃശ്യത്തിനപ്പുറം തരിശിട്ടിരിക്കുന്ന കുറെ പാടങ്ങൾ.

"കാർപ്പെറ്റ് വിരിച്ചതു പോലുണ്ട് അല്ലേടാ?" അനഘ ചോദിച്ചു. അഭി തലയാട്ടി. കുട്ടികളെ സംബന്ധിച്ചിടത്തോളം അതൊരു പുതുമയുള്ള ദൃശ്യമായിരുന്നു. എന്നാൽ വല്ലാത്ത അമ്പരപ്പിലായിരുന്നു, അമ്മ. അവരുടെ മനസ്സിൽ ബഹുദൂരം പച്ചപ്പട്ടു വിരിച്ചതുപോലെ പരന്നു കിടക്കുന്ന വയലേലകളും ഇടവരമ്പുകളിൽ മത്സ്യവേട്ടയ്ക്കു കാത്തിരിക്കുന്ന കൊറ്റികളും, ചലിക്കുന്ന ഗോലികൾ പോലെ പാടത്തും വരമ്പത്തും ഇഴഞ്ഞു നീങ്ങുന്ന നത്തയ്ക്കകളും വയലിലെയും ചെറുതോടുകളിലെയും മത്സ്യങ്ങളും ചേറിന്റെ ഗന്ധവുമൊക്കെയായിരുന്നു.

"അമ്മയെന്താ ഇങ്ങനെ നില്ക്കണെ? നല്ല രസമുണ്ടല്ലേമ്മേ കാണാൻ?" അഭി ചോദിച്ചു.

"നല്ല രസമുണ്ടല്ലേ? ഒന്നു സങ്കല്പിച്ചുനോക്ക്യേ. നോക്കെത്താദൂരത്ത് വയൽ അങ്ങനെ പരന്നുകിടന്നാലെന്തു ഭംഗിയായിരിക്കും!" അവർ പറഞ്ഞു. അമ്മയുടെ വാക്കുകളുടെ പിൻബലത്തിൽ അവരുടെ സങ്കല്പം തളിർത്തു. പണ്ടത്തെ വയലേലകളുടെ സമൃദ്ധിയും സൗന്ദര്യവും കുട്ടികൾ ഭാവനയിൽ കണ്ടു. തനിമയോടെ അതിന്റെ ഓരോ അംശത്തെയും അവർ മനസ്സുകൊണ്ട് നുണഞ്ഞു.

"ഈ നത്തയ്ക്കയും നീർക്കോലിയുമെല്ലാം എന്താമ്മേ?" അഭി ചോദിച്ചു.

"നത്തയ്ക്കയെന്നു വച്ചാൽ ഉരുണ്ട ആകൃതിയുള്ള ഒരു ജീവിയാണ്. അതിനെ ഞവുണിക്ക, ഞമഞ്ഞിക്ക എന്നൊക്കെ ആളുകൾ വിളിക്കാറുണ്ട്. അതിന് കട്ടിയുള്ള ഒരിനം പുറന്തോടുണ്ട്. പണ്ട് ആളുകൾ അതിന്റെ പുറന്തോടു നീക്കി അതിനെ

കറിവച്ച് തിന്നുമായിരുന്നു.”

“നീർക്കോലീന്നു വച്ചാലോ?”

“അതു വാട്ടർ സ്നേക്കാണെടാ” സ്വന്തം വിജ്ഞാനം വിള മ്പാൻ കിട്ടിയ സന്ദർഭം അനഘ കളഞ്ഞില്ല..

“യ്യോ അതു കടിക്കില്ലേ?”

“അതു വിഷമില്ലാത്ത പാവം പാമ്പാണ്. ഒരു നിവൃത്തിയു ണ്ടെങ്കിൽ അതു മനുഷ്യരെക്കണ്ടാൽ കടിക്കാൻ നില്ക്കാതെ മാറിപ്പോകുകയേയുള്ളു.” രാജീവ് പറഞ്ഞു.

“പിന്നെ നീർക്കോലി കടിച്ചാൽ അത്താഴം മുടങ്ങുമെന്നു പറയുന്നതോ?”

“വിഷമില്ലാത്ത പാമ്പായതിനാൽ നീർക്കോലി കടിച്ചാൽ പ്രതിവിധിയായി ഒരുദിവസം ആഹാരം കഴിക്കാതെയിരിക്കുന്ന പതിവേ പണ്ടുണ്ടായിരുന്നുള്ളു. അതുകൊണ്ടാണ് അങ്ങനെ പറ യുന്നത്.”

“ഈ വയലിലെന്താ മാമാ വെള്ളം കെട്ടിക്കിടക്കുന്നത്?”അന ഘയ്ക്കറിയേണ്ടതതാണ്.

“മോൾ ഈ വയലുകളുടെ ചുറ്റുമുള്ള പ്രദേശമൊന്നു ശ്രദ്ധി ക്കൂ. എന്താണു പ്രത്യേകത?” മാമൻ ചോദിച്ചു.

“ചുറ്റുമുള്ള പ്രദേശങ്ങളെല്ലാം ഉയരമുള്ള സ്ഥലങ്ങളാ ണല്ലോ.”

“അതു തന്നെയാണ് പ്രത്യേകത. ചുറ്റുപാടും ഉയരമുള്ള സ്ഥലങ്ങളായതുകൊണ്ട് മഴപെയ്ത് അവിടെ വീഴുന്ന ജലം മുഴു വൻ ഒഴുകി വയലിലെത്തി അവിടെ കെട്ടിക്കിടക്കും. ഒരു ഹെക്ടർ പാടത്തിന് 5,00,000 ലിറ്റർ മഴവെള്ളം ശേഖരിക്കാൻ കഴിയും. അപ്രകാരം അവ പ്രകൃതിദത്തമായ ജലസംഭരണികളായി പ്രവർത്തിക്കുന്നു. ആറുമാസംവരെ ഈ വെള്ളം വയലിൽ കെട്ടി ക്കിടക്കുമ്പോൾ അതിൽ 20 ശതമാനത്തോളം മണ്ണിലേക്ക് കിനി ഞ്ഞിറങ്ങി ഭൂഗർഭജലനിരപ്പ് വർദ്ധിപ്പിക്കുന്നു. വയലരികത്തുള്ള കിണറുകളും കുളങ്ങളും വേനൽക്കാലത്തും ജലസമൃദ്ധമായിരിക്കുന്നതിന്റെ കാരണം മനസ്സിലായോ? 1980 വരെ കേരളത്തിൽ വയലുകൾ ധാരാളം ഉള്ളതിനാൽ ജലക്ഷാമം കുറവായിരുന്നു. എന്നാൽ അതിനു ശേഷം വയൽ നികഴ്ത്തപ്പെ ടുന്നതനുസരിച്ച് ഭൂഗർഭജലനിരപ്പ് താണു പൊയ്ക്കൊണ്ടിരിക്കു

കയാണ്. 2006 ലും 2009 ലും സെൻട്രൽ ഗ്രൗണ്ട് വാട്ടർ ബോർഡ് നടത്തിയ പഠനം സൂചിപ്പിക്കുന്നത് കേരളത്തിലെ 57% കിണറുകളിലും ജലനിരപ്പ് താഴ്ന്നിട്ടുള്ളതായാണ്. ജലം കെട്ടിനില്ക്കാൻ സഹായിക്കുന്നതിനാൽ, വയലുകൾ മഴപെയ്തു വീഴുന്ന വെള്ളം മുഴുവൻ ഒഴുകിച്ചെന്ന് തോടുകളിലും പുഴകളിലും വെള്ളപ്പൊക്കമുണ്ടാകാതെയിരിക്കുന്നതിനു സഹായിക്കുന്നു. കൂടാതെ ഈ വെള്ളം കടലിലേക്ക് ഒഴുകിപ്പോയി കടലോരങ്ങളിൽ കടലാക്രമണമുണ്ടാകാതെ തടയുന്നു."

"വയലിന്റെ സേവനങ്ങൾ ആരറിയുന്നു!" അനഘ പറഞ്ഞു.

"പിന്നേ? വയലേലകളുള്ള പ്രദേശങ്ങളിൽ കടുത്ത വേനലിലും വയലിൽനിന്ന് കുളിർമ്മയുള്ള കാറ്റു വീശി സുഖകരമായ ഒരന്തരീക്ഷമായിരിക്കും. ഏലാക്കാറ്റ് എന്നാണ് നാട്ടുഭാഷയിൽ ഇത്തരം കാറ്റിനെ വിളിക്കുക. വയലുകളില്ലാതായത് ഈ സൗഖ്യം ഇല്ലാതാക്കിയിരിക്കുകയാണ്. വയലുകൾ വിവിധതരം സസ്യങ്ങളെയും ജന്തുക്കളെയും പോറ്റുന്ന ഒരു ആവാസവ്യവസ്ഥയായി പ്രവർത്തിക്കുന്നുണ്ട്. വിവിധതരം സസ്യങ്ങൾക്കൊപ്പം മത്സ്യങ്ങളും നത്തയ്ക്ക, നീർക്കോലി, ചില പക്ഷികൾ എന്നിവയും വയലിൽ കാണപ്പെടുന്നുണ്ട് മോളേ. നിരവധി നാട്ടുമത്സ്യങ്ങൾ പണ്ട് ഇവയിലുണ്ടായിരുന്നു. മാനത്തുകണ്ണി, നെടുമീൻ, കാരി, പൊത്ത, കരട്ടി, വരാൽ തുടങ്ങി പല മത്സ്യങ്ങൾ വയൽ വരമ്പുകളിലെ വിടവുകളിലൂടെ ജലം ഒഴുകി വീഴുന്നിടത്ത് തൊട്ടിൽ പോലെ തുണി കെട്ടിവച്ച് അതിൽ വീഴുന്ന മത്സ്യങ്ങളെ ആഹാരമാക്കുന്ന പതിവ് പണ്ടുണ്ടായിരുന്നു. മാത്രമല്ല, വയലുകൾ സംരക്ഷണമേകിയിരുന്ന മത്സ്യങ്ങളിൽ പലതും കൊതുകുകളുടെ ലാർവ്വകളെ തിന്നുനശിപ്പിക്കുന്നവയായിരുന്നു. ഇന്ന് ആ മത്സ്യസമ്പത്ത് നശിച്ചു പൊയ്ക്കൊണ്ടിരിക്കുന്നു. അതിനാലാണ് കൊതുകുകൾ പെരുകുന്നതും കൊതുകുപരത്തുന്ന രോഗങ്ങൾ വർദ്ധിക്കുന്നതും."

"വയലിന്റെ ഒരു ഉപയോഗം ഞാൻ പറയാം. നമുക്ക് ആഹാരമാക്കാനുള്ള നെല്ല് ഉല്പാദനം" അഭി തെല്ല് അഭിമാനത്തോടെ പറഞ്ഞു.

"നെല്ല് ഉല്പാദനംകൊണ്ട് നമുക്കു മാത്രമല്ല, കന്നുകാലികൾക്കും ആഹാരം ലഭിക്കും വൈക്കോൽ അവയുടെ മുഖ്യാ

ഹാരമാണല്ലോ. പിന്നെ വൈക്കോൽ പുരമേയാനും ഉപയോഗിക്കും അല്ലേ മാമാ?" അനഘയും കുറച്ചില്ല

"അതെ. വയലിലെ ചെറുസസ്യങ്ങൾ മഴവെള്ളത്തിലെ മാലിന്യങ്ങൾ വലിച്ചെടുത്ത് ജലശുദ്ധീകരണത്തിനും സഹായിക്കുന്നുണ്ട്. ഇവയിൽ പലതും ഔഷധസസ്യങ്ങളാണ്. വയൽവരമ്പിലുമുണ്ട് ഒത്തിരി സസ്യങ്ങൾ. ബ്രഹ്മി, വയൽചുള്ളി, പൊന്നാങ്കണ്ണി, മുത്തിൾ, കറുക, കൈയോന്നി, ഞെരിഞ്ഞിൽ തുടങ്ങി പലതരം ഔഷധസസ്യങ്ങൾ വയൽ വരമ്പിലുണ്ട്."

വയലിനു മുകളിലേക്ക് ഉയർന്നെത്തിയ സൂര്യന്റെ ശക്തമായ വെളിച്ചം അവരുടെ ശരീരത്തെ വല്ലാതെ ചൂടു പിടിപ്പിക്കുന്നുണ്ടായിരുന്നു. ഇടയ്ക്കിടെ വീശുന്ന തളർന്ന കാറ്റിന് ഉഷ്ണജ്വാലകൾ അകറ്റാൻ കഴിയാതിരുന്നപ്പോൾ രാജീവ് പറഞ്ഞു."നമുക്ക് പോകാം." തിരിച്ചു നടക്കുമ്പോൾ കുറെനേരം അവർ നിശ്ശബ്ദരായിരുന്നു. പിന്നെ രാധിക ചോദിച്ചു.

"ആ തലക്കുളം ഇപ്പോഴുമുണ്ടോ രാജീവേ? "

"തലക്കുളോ? അതെന്തുകുളം?" അനഘയ്ക്കതിശയം.

"തലക്കുളമെന്നു വച്ചാൽ ഹെഡ്പോണ്ട് അത്രതന്നെ." അഭി ഗൗരവം നടിച്ചു പറഞ്ഞു.

''നീ പോടാ. അമ്മ പറയണമമ്മേ തലക്കുളമെന്നു പറഞ്ഞാലെന്താ?"

"ഉയർന്ന പ്രദേശത്തുനിന്ന് മഴവെള്ളം ചരിവനുസരിച്ച് ഒഴുകിയിറങ്ങി എത്തുന്ന സമതലമാണ് വയൽ എന്ന് രാജീവ് പറഞ്ഞില്ലേ? ഉയർന്ന പ്രദേശത്തിന്റെ ചരിവും ജലലഭ്യതയും അനുസരിച്ച് വയലുകളുടെ ഉയർന്ന ഭാഗത്ത് വെള്ളം സംഭരിച്ചു നിർത്താനായി നിർമ്മിക്കുന്ന കുളങ്ങളാണ് തലക്കുളങ്ങൾ. ഇവയിൽനിന്ന് ആവശ്യാനുസരണം പാടങ്ങളിലേക്ക് വെള്ളം തുറന്നു വിടാൻ സാധിക്കും. ഇപ്രകാരം കൃഷിക്ക് എല്ലാക്കാലത്തും വെള്ളം ഉറപ്പാക്കുക എന്നതാണ് തലക്കുളങ്ങളുടെ പ്രയോജനം" അമ്മ വിശദീകരിച്ചു.

"ഈ പ്രദേശത്ത് തലക്കുളമുണ്ടോ?"

"ഉണ്ട്. പക്ഷേ, പാടങ്ങളില്ലാതായതോടെ തലക്കുളത്തെ ആരും സംരക്ഷിക്കാതായി. പായലും പടലും കയറി ചെളി

നിറഞ്ഞ് അതിപ്പോൾ ഉപയോഗശൂന്യമായിരിക്കുകയാണ്" രാജീവ് പറഞ്ഞു. നിറയെ കണ്ണീരു പോലുള്ള വെള്ളവും മീനുകളും താമരയുമൊക്കെയായി നിർമ്മലമായിക്കിടന്ന തലക്കുളത്തിന്റെ ഭൂതകാലം രാധികയുടെ മനസ്സിൽ വന്നു വിതുമ്പി. എന്തു മനോഹരമായിരുന്നു ഈ കുളവും പരിസ രവും. മിക്കസമയത്തും കുളിക്കാനും അലക്കാനും അവിടെ ആളുണ്ടാകുമായിരുന്നു. തലക്കുളത്തിൽ മഴക്കാലങ്ങളിൽ പെയ്തിറങ്ങുന്ന വെള്ളം കുളത്തിൽ നിറഞ്ഞ് നീർവാർചയുള്ള അടിത്തട്ടിലെ മണ്ണിലൂടെ താഴ്ന്നിറങ്ങി പാടങ്ങളിലേക്ക് ഒഴുകിപ്പരക്കുമായിരുന്നു. മഴ കഴിഞ്ഞാലും ഏറെക്കാലം ഈ ജലദാനം വയലിലെ കൃഷികളെ വരൾച്ചയിൽനിന്നു രക്ഷിച്ച് പോഷിപ്പിച്ചു നിർത്തുമായിരുന്നു. ദീർഘവീക്ഷണത്തോടെ പണ്ടുകാലത്തെ ആളുകൾ നിർമ്മിച്ച തലക്കുളത്തിന്റെ പ്രാധാന്യമറിയാത്ത പുത്തൻ തലമുറ അതിനെ നശിപ്പിച്ചു കൊണ്ടിരിക്കുന്നു. ഇത്തരത്തിലാണെങ്കിൽ അത് ഇല്ലാതാകാ നിനി അധികകാലം വേണ്ടിവരില്ല. രാധിക ദീർഘമായി നിശ്വസിച്ചു.

"ആ കുളത്തിൽനിന്നും ഒഴുകിയിരുന്ന ചെറുതോടോ രാജീവേ?"

"അത് അതിനോടു ചേർന്ന വസ്തുവിന്റെ ഉടമസ്ഥർ വെട്ടിനിരത്തി വസ്തുവിന്റെ വിസ്തൃതി കൂട്ടി ചേച്ചി."

തലക്കുളങ്ങളിൽനിന്നും മറ്റു ജലസ്രോതസ്സുകളിൽനിന്നും പാടങ്ങളിലേക്ക് വെള്ളം കൊണ്ടുപോകാൻ സഹായിച്ചിരുന്ന ചെറുതോടുകൾ നാടിന്റെ ജീവനാഡികളായിരുന്ന കാലം അവരോർത്തു. പാടത്തിന്റെ അരികുചേർന്നോ മദ്ധ്യഭാഗത്തു കൂടിയോ വർഷത്തിന്റെ മിക്കവാറും സമയം വറ്റാതെ അവ ഒഴുകിക്കൊണ്ടിരിക്കുമായിരുന്നു. അവയിൽ നിന്നാണ് പാടത്തേക്ക് ആവശ്യം വരുമ്പോൾ വെള്ളം തിരിച്ചു വിടുമായി രുന്നത്. ഒടുവിൽ മറ്റു ജലസ്രോതസ്സുകളിലേക്ക് ഒഴുകിച്ചേരു ന്നതുവരെ പാടത്തിന്റെ ദാഹമകറ്റുന്ന തെളിനീർധാരയായി പ്രവർത്തിച്ചിരുന്ന തോടുകൾ ഇന്നു നാമാവശേഷമാ യിരിക്കുന്നു.

"ചെറുതോടും വലിയ തോടും ഉണ്ടോ അമ്മേ?" അഭി

ചോദിച്ചു.

"പിന്നേ? വലിയ തോടുകളല്ലേ പുഴകളെ പരിപോഷിപ്പിക്കുന്നത്. ഇവിടെയുമുണ്ടായിരുന്നു അത്തരത്തിലൊരു വലിയ തോട്. ഞങ്ങൾ കുട്ടികളായിരുന്നപ്പോൾ അവിടെ കുളിക്കാൻ പോകുമായിരുന്നു. എന്തു സുഖായിരുന്നു അവിടെ ചെന്നുള്ള കുളി! അടിച്ചു പതച്ച് വെള്ളം തെറിപ്പിച്ച്, അമ്മ വന്ന് കയറിപ്പോരാൻ പറഞ്ഞാൽ കൂടി വെള്ളത്തിൽ നിന്ന് കയറാൻ തോന്നുമായിരുന്നില്ല. എന്തു രസമായിരുന്നു അല്ലേടാ രാജീവേ? അരയ്ക്കൊപ്പം വെള്ളത്തിൽ മുങ്ങിയും നീന്തിയും തിമിർത്തു മറിഞ്ഞു രസിക്കുമ്പോൾ കരയ്ക്കു കയറാൻ എങ്ങനാ തോന്നുക? ഒടുവിൽ തോട്ടു വക്കത്തെ കൈതക്കെട്ടിൽ കൈതമൂർഖനുണ്ടാകുമെന്നു പറഞ്ഞ് പേടിപ്പിച്ചാണ് ഞങ്ങളെ അമ്മ കരയക്ക് കയറ്റുക" അമ്മ ബാല്യത്തിലെ ജലകേളികളെ ഓർമ്മയിലേക്ക് ചീന്തിയിട്ടു.

"കൈതക്കെട്ടിൽ ശരിക്കും കൈതമൂർഖനുണ്ടാകുമോ?" അഭി ചോദിച്ചു.

"ചിലപ്പോൾ ഉണ്ടായെന്നു വരും. കൈതകൾ ധാരാളമായി വളർന്നു നില്ക്കുന്നിടത്ത് അവയ്ക്ക് മറ്റു ജീവികളുടെ ശല്യമില്ലാതെ ജീവിക്കാനുള്ള സാഹചര്യങ്ങളുണ്ട്."

"ന്റമ്മേ ശരിക്കും അതവിടുണ്ടാകും അല്ലേ? എന്നിട്ടും എന്തിനാ ആളുകൾ തോടുകൾക്കരികിൽ കൈതക്കൂട്ടം നില നിർത്തുന്നത്? വെട്ടിക്കളയരുതോ?" അനഘയുടെ സ്വരത്തിൽ തെല്ലു പരിഭ്രാന്തി കലർന്നിരുന്നു.

"തോട്ടിനരികിലെ കൈതച്ചെടികൾ കൊണ്ട് കുറെ ഉപയോഗങ്ങളുണ്ട്. മോളേ. ഇവ വെള്ളത്തിലെ കാഡ്മിയം എന്ന ഘനലോഹത്തെ വലിച്ചെടുത്ത് വെള്ളത്തെ ശുദ്ധീകരിക്കുന്നു. കാഡ്മിയം നമ്മുടെ വൃക്കകൾക്കു കേടുണ്ടാക്കുന്ന മൂലകമാണ്. അങ്ങനെ നമ്മുടെ കിണറുകളിലേക്ക് വരുന്ന ജലം കൈതകൾ വിഷവിമുക്തമാക്കുന്നു. തോട്ടുവരമ്പുകൾ ഇടിഞ്ഞു പോകാതെയും മണ്ണ് ഒലിച്ചു പോകാതെയും ഇവ തടയുന്നു. ഇവയുടെ വേരുകൾക്കിടയിൽ മത്സ്യങ്ങളും ഞണ്ടുകളും മുട്ടയിട്ടു പെരുകുന്നു." രാജീവ് മാമൻ പറഞ്ഞു.

"ഇവിടെങ്ങാനും കൈതക്കൂട്ടമുണ്ടോ മാമാ? എനിക്കതു

കാണണം" അഭി പറഞ്ഞു. രാജീവ് മാമന്റെ മുഖത്ത് ഒരു മ്ലാനത പരന്നതവൻ കണ്ടു.. മുട്ടൊപ്പം കണ്ണുനീർപോലെ തെളിഞ്ഞ ശുദ്ധമായ ജലമൊഴുകിയിരുന്ന പണ്ടത്തെ തോടും അതിനു കാവൽനിന്നിരുന്ന തോട്ടരികത്തെ തഴച്ച കൈതക്കൂട്ടങ്ങളും അയാളുടെ ഓർമ്മകളിലേക്ക് തേട്ടുകയായിരുന്നു.. ജലത്തിലേക്ക് ഊന്നിയ അവയുടെ താങ്ങു വേരുകൾ കുത്തിയൊലിച്ചു വരുന്ന വെള്ളത്തിന്റെ വേഗം കുറയ്ക്കുന്നതും കൈതോലകൾ ജലപ്പരപ്പിൽ മാഞ്ഞു തെളിയുന്ന വൃത്തങ്ങളൊരുക്കുന്നതും അയാൾ മനസ്സിൽ കണ്ടു. പാടമദ്ധ്യത്തിലൂടെ ഒഴുകിയിരുന്ന തോട് മണ്ണിട്ടു നികത്തപ്പെട്ടതും കൈതക്കൂട്ടങ്ങൾ വെട്ടി നീക്കപ്പെട്ടതും വേദനയോടെ അയാളോർത്തു.

"പറയ് മാമാ ഇവിടെങ്ങാനും കൈതക്കൂട്ടമുണ്ടോ? " അഭി അയാളെ പിടിച്ചു കുലുക്കി.

പാടത്തിനോരത്തെ വെള്ളക്കുഴിയുടെ കരയിലപ്പോഴും അവശേഷിച്ചിരുന്ന കൈതക്കൂട്ടത്തിലേക്ക് അയാൾ വിരൽ ചൂണ്ടി

"നമുക്ക് അങ്ങോട്ടു പോകാം മാമാ." അഭി അയാളുടെ കൈ പിടിച്ചു വലിച്ചു. നാലുപേരും അതിനടുത്തേക്ക് നടന്നു.

"ഇത് നമ്മുടെ വേലായുധൻ ചേട്ടന്റെ കൊടിക്കുളമല്ലേ? ഇത് ഇങ്ങനെയായോ?" അത്ഭുതത്തോടെ രാധിക ചോദിച്ചു

"വെറ്റിലക്കൊടി നനയ്ക്കാൻ വെള്ളത്തിനായി പുരയിടത്തിന്റെ ഏറ്റവും താണ ഭാഗത്ത് മൂലയ്ക്കായി നിർമ്മിച്ച ചെറുകുളമായിരുന്നു അത്. തട്ടുകളായി തിരിച്ച പുരയിടത്തിൽ വീഴുന്ന മഴവെള്ളം മുഴുവൻ മണ്ണിലേക്കു താണ് ഊറ്റായി എത്തുമെന്നതിനാൽ വേനൽക്കാലത്തുപോലും ആ ചെറുകുളത്തിൽ നിന്ന് വെള്ളം പുറത്തേക്ക് ഒഴുകിക്കൊണ്ടിരിക്കുമായിരുന്നു. കുടിക്കാനും കുളിക്കാനും ചിലരെല്ലാം അതിൽനിന്ന് വെള്ളം കോരിക്കൊണ്ടു പോകുമായിരുന്നു. ഇപ്പോഴത് നാമമാത്രമായ അളവിൽ മാത്രം വെള്ളമുള്ള ഒരു ചെറുകുഴി മാത്രമായി ലോപിച്ചിരിക്കുന്നു. അതിന്റെ ഒരു ഓരത്ത് പണ്ടുണ്ടായിരുന്ന സമൃദ്ധമായ കൈതക്കൂട്ടത്തിന്റെ അവശിഷ്ടമെന്നോണം കുറച്ചു കൈതകൾ ആ കുഴിയുടെ അടുത്ത് ഒരു നോക്കു കുത്തിയെപ്പോലെ നില്ക്കുന്നു. അഭി ആ കൈതക്കൂട്ടത്തിനടുത്തേക്ക് ചെന്നപ്പോൾ പെട്ടെന്ന് ഒരു പക്ഷി

അവയ്ക്കിടയിൽനിന്ന് ചിറകടിച്ചു പറന്നു പോയി. അപ്രതീക്ഷിതമായതിനാൽ ഒന്നു ഞെട്ടിയെങ്കിലും അഭി ഉത്സാഹത്തോടെ വിളിച്ചു പറഞ്ഞു.

“അതാ ഒരു പക്ഷി. ദേ ഈ കൈതകൾക്കിടയിൽ അതിന്റെ കൂടുണ്ട്.” അനഘ ഓടിയെത്തി.

“എവിടെ എവിടെ?”

“ദേ” അഭി കൈതക്കൂട്ടത്തിലേക്ക് വിരൽ ചൂണ്ടി. അനഘ കണ്ടു. ഒരു ചെറിയ കിളിക്കൂട്. അതിനുള്ളിൽ മുട്ടകൾ.

“മാമാ, ദേ മുട്ടയുണ്ടതിൽ.” അനഘ ഉന്മേഷത്തോടെ പറഞ്ഞു.

“അതിനടുത്തേക്കൊന്നുംപോകണ്ട മക്കളേ. ആ പാവം കിളി അടുത്തെങ്ങാൻ ഇരുന്ന് നോക്കുന്നുണ്ടാവും നിങ്ങളതിന്റെ കൂടും മുട്ടയും നശിപ്പിക്കുമെന്നു ഭയന്ന്. അതിനെ സങ്കടപ്പെടുത്തേണ്ട” മാമൻ പറഞ്ഞു.

അഭിയുടെയും അനഘയുടെയും മനസ്സിൽ ഒരു അത്ഭുത ലോകം തുറക്കുകയായിരുന്നു. കിളികളും പാമ്പുകളും തവളകളും മത്സ്യങ്ങളുമൊക്കെ ജീവനത്തിനായി ആശ്രയം തേടുന്ന കൈതക്കൂട്ടമെന്ന ആവാസവ്യൂഹം. അവിടെ ഓരോ ജീവിവിഭാഗവും മറ്റൊന്നിന്റെ ജീവനത്തിനു സൗകര്യമൊരുക്കുന്നു. ഇതു പ്രകൃതിയുടെ മായാജാലം!.

“നേരം ഉച്ചയാകാറായി നമുക്കു പോകാം” അമ്മ ഓർമ്മിപ്പിച്ചു. പരിചയപ്പെട്ട ഭൂവിഭാഗത്തിന്റെ പ്രത്യേകതകൾ മനസ്സിലേറ്റി അവർ വീട്ടിലേക്ക് നടന്നു.

മൂന്ന്

സായാഹ്നം. തളർന്ന സൂര്യന്റെ മഞ്ഞിച്ച വെളിച്ചം ആകാശത്തെ അപ്പോഴും പ്രകാശമാനമാക്കുന്നു. ഒരു പകൽ മുഴുവൻ ഇരതേടിപ്പറന്നു നടന്ന ചില പക്ഷികൾ കൂടണയും മുമ്പുള്ള സൗഹൃദക്കലമ്പലുകളുമായി തെക്കേപ്പുറത്തെ ആഞ്ഞിലി മരക്കൊമ്പിലിരിക്കുന്നു. മുത്തശ്ശിയുടെ ഇഷ്ട ഭാജനമായ കുറിഞ്ഞിപ്പൂച്ച തൊഴുത്തിന്റെ ഓരത്തെ വേപ്പിൻ ചുവട്ടിൽ മയക്കത്തിലാണ്. അഭി മുറ്റത്തുകൂടി തൊടിയിലേ ക്കിറങ്ങി. മെല്ലെ മെല്ലെ തിളക്കം വറ്റിത്തുടങ്ങിയ ആകാശത്ത് നിറഭേദങ്ങൾ പ്രത്യക്ഷപ്പെടാൻ തുടങ്ങുന്നത് കൗതുകത്തോടെ അവൻ നോക്കി നിന്നു. 'ഈ മുത്തശ്ശി എന്തെടുക്വാ എന്നെ കാവിൽ കൊണ്ടു പോകാമെന്നു പറഞ്ഞിട്ട്?' അവൻ വിചാരിച്ചു. അപ്പോഴേക്കും തുള്ളിച്ചാടിക്കൊണ്ട് അനഘയും പിന്നാലെ അമ്മയും വീടിനു പുറത്തേക്കുവന്നു.

"അഭീ നീ തയ്യാറായില്ലേ?" അമ്മ ചോദിച്ചു.

"എപ്പോഴെ തയ്യാർ" അഭി വിളിച്ചു പറഞ്ഞു. വാസ്തവത്തിൽ, കാവിൽ കൊണ്ടു പോകാമെന്ന് ഉച്ചയ്ക്ക് മുത്തശ്ശി പറഞ്ഞനേരം മുതൽ അവൻ ഉത്സാഹത്തിലാണ്. കാവിനെക്കുറിച്ച് മുത്തശ്ശി പറഞ്ഞു തന്നപ്പോൾ മുതൽ അഭി അത് മനസ്സിൽ കാണുക യാണ്. നാഗങ്ങൾക്കു കയറിയിരിക്കാനുള്ള മാളങ്ങളും, യഥേഷ്ടം വിഹ രിക്കാൻ പറ്റുന്ന തരത്തിലുള്ള വള്ളിപ്പടർപ്പുകളും മരങ്ങളും

ചെടികളുമൊക്കെയുള്ള കാവ്. ചിലപ്പോൾ അവിടെ സർപ്പങ്ങളെ കാണാൻ കഴിയുമത്രെ സർപ്പങ്ങളെ അവയുടെ സ്വാഭാവിക ചുറ്റുപാടിൽ അഭി ഇതുവരെ കണ്ടിട്ടില്ല. ടെലിവിഷനിലും ചിത്രങ്ങളിലും മറ്റും കണ്ടിട്ടേയുള്ളു. ഒരെണ്ണത്തിനെയെങ്കിലും നേരിട്ടു കാണാൻ കഴിഞ്ഞെങ്കിൽ! അവൻ ആശിച്ചു.

"ന്നാൽ നടന്നോളു." കൈയിൽ നാഗദൈവങ്ങൾക്കു വിളക്കു വയ്ക്കുന്നതിനുള്ള എണ്ണയും തിരിയുമായി മുത്തശ്ശി ഇറങ്ങി ക്കഴിഞ്ഞു. നാട്ടുവഴിയിലൂടെ കുറെ ദൂരം നടക്കുന്ന സമയത്ത് അഭിയും അനഘയും വായ്തോരാതെ സംസാരിച്ചുകൊണ്ടിരുന്നു.

അഭി പ്രതീക്ഷിച്ച രീതിയിലൊന്നുമായിരുന്നില്ല സർപ്പക്കാവ്. സർപ്പങ്ങളുടെ പൊത്തുകളൊന്നും കാണാനേയില്ലാത്ത തര ത്തിൽ കരിയിലകൾ മൂടിക്കിടക്കുന്നു തറയാകെ. അവയ്ക്കു മുകളിൽ വന്മരങ്ങളും ചെടികളും വള്ളിച്ചെടികളും കെട്ടു പിണഞ്ഞ് ഒരു പച്ചത്തഴപ്പു തന്നെയായിരിക്കുന്നു. ആ ഇലപ്പടർപ്പുകൾക്കിട യിൽ നിന്നെങ്ങോ ഉയരുന്ന ചില ചിറകടികൾ, ചീവീടിന്റെ ശബ്ദം, ഇലകൾക്കിടയിൽ ഇളംകാറ്റ് നുഴഞ്ഞു കയറുമ്പോഴുള്ള മർമ്മരം. കാവിന്റെ ഒരു ഭാഗത്ത് ഉയർത്തിക്കെട്ടിയ നാഗത്തറ യിൽ നാഗശിലാവിഗ്രഹം. മുമ്പെങ്ങോ പൂജചെയ്തതിന്റെ ഭാഗമായി അതിൽ തൂവിയ മഞ്ഞൾപ്പൊടിയുടെ മഞ്ഞ നിറം! കുട്ടികൾ കൗതുകത്തോടെ എല്ലാം നോക്കിക്കണ്ടു.

"എന്താ മുത്തശ്ശീ ഇവിടൊരു മണം?" അനഘ ചോദിച്ചു.

"അതു മനോരഞ്ജിനി പൂത്തിട്ടാ മോളേ. ഈ കാവിൽ ഇതുപോലെ മണമുള്ള പൂവുകൾ കുറെയുണ്ട്. ചെമ്പകം, മരമുല്ല, ഏഴിലം പാല, ഇലഞ്ഞി തുടങ്ങി പലതും. അവയൊക്കെ പൂക്കു മ്പോഴുള്ള ഗന്ധം കാവിൽ എപ്പോഴുമുണ്ടായിരിക്കും. പ്രത്യേ കിച്ചും സന്ധ്യക്ക്. പഴമക്കാർ പറഞ്ഞിരുന്നത് അത് കാവിൽ യക്ഷിയും ഗന്ധർവ്വനുമൊക്കെ വരുന്നതു കൊണ്ടാണെന്നാണ്." മുത്തശ്ശി പറഞ്ഞു.

"അയ്യോ യക്ഷിയോ?" അനഘ വല്ലാതെ പരിഭ്രമിച്ചു. ആളുകളെ വശീകരിച്ച് കൊണ്ടുപോയി ചോരയൂറ്റിക്കുടിക്കുന്ന യക്ഷിയുടെ കഥ വേലക്കാരി ചന്ദ്രിക രാവിലെ പറഞ്ഞുകൊടു ത്തത് അവളുടെ മനസ്സിലേക്ക് വന്നു.

"പേടിക്കേണ്ട മോളെ. ഇവിടത്തെ യക്ഷി ആരെയും ഉപദ്രവി

ക്കില്ല." മുത്തശ്ശി സമാധാനിപ്പിച്ചു

"മുത്തശ്ശി യക്ഷിയെ കണ്ടിട്ടുണ്ടോ? " അഭി ചോദിച്ചു.

"ഇല്ല പണ്ട് എന്റെ അമ്മ എന്നോട് നാഗയക്ഷിയെപ്പറ്റി പറഞ്ഞു തന്നിട്ടുണ്ട്."

"മുത്തശ്ശീടെ അമ്മ യക്ഷിയെ കണ്ടിട്ടുണ്ടോ?"

"ഇല്ല. ഇതൊക്കെ തലമുറകളായി പറഞ്ഞു കേൾക്കുന്ന കാര്യങ്ങളല്ലേ? നേരെന്തെന്നാരറിഞ്ഞു." മുത്തശ്ശി ദീർഘമായി നിശ്വസിച്ചു. നാഗദൈവങ്ങൾക്കു മുന്നിലെ കൽവിളക്കിൽ എണ്ണ ഒഴിച്ചു ദീപം തെളിയിച്ചു. കൈ കൂപ്പി പ്രാർത്ഥിക്കാൻ തുടങ്ങുന്നതിനുമുമ്പ് അവർ പറഞ്ഞു."തോഴുതോളു."

പെട്ടെന്ന് നിശ്ശബ്ദതയെ ഭേദിച്ചുകൊണ്ട് ഒരു മൂളൽ ശബ്ദം ഉയർന്നു കേട്ടു.. അനഘ വല്ലാതെ പേടിച്ചു പോയി.

"എന്താ മുത്തശ്ശീ അത്? യക്ഷിയാണോ?" പരിഭ്രാന്തിയോടെ അവൾ ചോദിച്ചു.

"യക്ഷിയൊന്നുമല്ലന്റെ കുട്ട്യേ. അതു മൂങ്ങയാണ് " മുത്തശ്ശി പുഞ്ചിരിയോടെ പറഞ്ഞു അപ്പോൾത്തന്നെ കാവിന്റെ ഉള്ളിൽ നിന്ന് വീണ്ടും മൂളലും തുടർന്ന് ചിറകടിശബ്ദവും കേട്ടു.

"അയ്യേ ഒരു പേടിക്കാരി" അഭി കളിയാക്കി.

"യക്ഷീടെ കഥകേട്ടിട്ട് ആ ശബ്ദം കൂടി കേട്ടാൽ ആരും പേടിക്കും ഓ ഒരു ധൈര്യക്കാരൻ" അനഘ മുഖം വീർപ്പിച്ചു.

"ഞാൻ ചന്ദ്രികയോടു പറയണ്ണ്ട് വേണ്ടാത്ത കഥകളൊക്കെ പറഞ്ഞ് കുട്ടിയെ ഇനി പേടിപ്പിക്കരുതെന്ന്" മുത്തശ്ശി പറഞ്ഞു.

"പേടിയൊക്കെ തോന്നുമെങ്കിലും കഥ കേൾക്കാൻ എനിക്കിഷ്ടമാണ് മുത്തശ്ശി" അനഘ തെല്ലു സങ്കോചത്തോടെ പറഞ്ഞു. എല്ലാവരും ചിരിച്ചു. കാവിൽനിന്നും തിരിച്ചു വീട്ടിലെത്തിയപ്പോൾ സന്ധ്യയായിരുന്നു. എല്ലാ വീടുകളിലും ദീപങ്ങൾ തെളിഞ്ഞു കഴിഞ്ഞു. മുറ്റത്ത് അവരുടെ വരവും കാത്ത് മുത്തച്ഛൻ നില്ക്കുന്നുണ്ടായിരുന്നു.

"എന്താ വൈകണേന്നു നോക്കി നില്ക്വാരുന്നു ഞാൻ" അദ്ദേഹം പറഞ്ഞു.

"എന്തു വല്യ കാവാണ് മുത്തച്ഛാ. ഒരു കൊച്ചു കാടു പോലെയുണ്ട്" അഭി പറഞ്ഞു.

"ആണോ മോനേ" മുത്തച്ഛൻ വാത്സല്യപൂർവ്വം അവന്റെ

ശിരസ്സിൽ തഴുകി "വാസ്തവത്തിൽ കാവുകൾ ചെറിയ നിത്യ ഹരിതവനങ്ങൾ തന്നെയാണു മോനേ. നിത്യഹരിത വനങ്ങൾക്കുള്ള എല്ലാ പ്രത്യേകതകളും സർപ്പക്കാവുകൾക്കുണ്ട്. എത്രയേറെ സസ്യങ്ങളാണെന്നോ അവയ്ക്കുള്ളിൽ വളരുന്നത്. കാവ് എന്ന വാക്കിനർത്ഥം തന്നെ വൃക്ഷങ്ങളുടെ കൂട്ടം എന്നാണ്?"

"മുത്തച്ഛനെല്ലാറ്റിന്റേം പേരറിയുമോ?"

"പിന്നേ, മുത്തച്ഛൻ ഒന്നാന്തരമൊരു വൈദ്യനല്ലേ." അതു പറയുമ്പോൾ മുത്തശ്ശിയുടെ മുഖത്ത് അഭിമാനത്തിന്റെ തിളക്കം. അമ്മ എപ്പോഴും തന്റെ തറവാടിന്റെ വൈദ്യ പാരമ്പര്യത്തെക്കുറിച്ച് സാഭിമാനം പറയുന്നത് അഭി പണ്ടേ കേട്ടിട്ടുണ്ട്,. മാറാരോഗങ്ങൾ പലതും അമ്മയുടെ കുടുംബക്കാർ ചികിത്സിച്ചു മാറ്റിയിട്ടുള്ള ചരിത്രം അമ്മ പലതവണ പറഞ്ഞിട്ടുണ്ട്. അതിന്റെ പിന്തുടർച്ചക്കാരായതിൽ അഭിക്കും അനഘയ്ക്കും വളരെ അഭിമാനമുണ്ട്.

"മരുന്നാക്കാൻ പറ്റിയ ചെടികളുണ്ടോ മുത്തച്ഛാ"അഭി ചോദിച്ചു.

"ധാരാളം. മരുന്നായി ഉപയോഗിക്കാൻ പറ്റാത്ത ഒരു ചെടിയുമില്ല. എന്നാൽ ഏതു സസ്യവും ഉപയോഗിക്കേണ്ട രീതിയിൽ ഉപയോഗിച്ചാലേ മരുന്നാകു. പാല, കരിനൊച്ചി, തെച്ചി, ഏഴിലം പാല, ഊറാവ്, പന, ഇലഞ്ഞി തുടങ്ങി ഒട്ടേറെ ഔഷധ സസ്യങ്ങൾ അവിടെയുണ്ട്. കൂടാതെ ചെമ്പകം, അരളി, മരോട്ടി ഒലട്ടിപ്പന തുടങ്ങിയ വേറെ പലതുമുണ്ട്."

"സസ്യങ്ങൾ മാത്രമല്ല, ജന്തുക്കളുമുണ്ട് കാവിൽ" മുത്തശ്ശി കൂട്ടിച്ചേർത്തു.

"പാമ്പുമുണ്ടല്ലേ?" അനഘ ചോദിച്ചു.

"പാമ്പു മാത്രമല്ല, അതിന്റെ ശത്രുവായ കീരി, ഓന്തുകൾ, മരപ്പട്ടികൾ, വിവിധതരം പക്ഷികൾ, അണ്ണാൻ തുടങ്ങി കുറുക്കൻ വരെയുണ്ട്, കാവിലെ അന്തേവാസികളായി" മുത്തച്ഛൻ പറഞ്ഞു.

"മുത്തച്ഛൻ ഒരു ജീവിയെ വിട്ടു പോയി." അഭി പറഞ്ഞു.

"വിട്ടു പോയോ? ഏതു ജീവിയെ?"

"അത് അനുച്ചേച്ചിയുടെ കൂട്ടുകാരനെ"

"അനുവിന്റെ കൂട്ടുകാരനോ?" മുത്തച്ഛൻ അമ്പരന്നു.

"കണ്ടോമ്മേ ഈ ചെക്കൻ കളിയാക്കണത്. നിന്നെ ഞാൻ....." അനഘ പല്ലും കടിച്ച് തന്റെ നേർക്കു നീങ്ങുന്നത്

കണ്ട അഭി "അയ്യോ?" എന്നു വിളിച്ചുകൊണ്ട് അകത്തേക്ക് കുതിച്ചു. പിന്നാലെ അനഘയും.

മുറിക്കകത്തെത്തിയപ്പോൾ അഭി സഡൻ ബ്രേക്കിട്ടതു പോലെ നിന്നു. അകത്തെ മേശയ്ക്കരികിലിരുന്ന് എന്തോ എഴുതുകയാണ് രാജീവ് മാമൻ. ബഹളം കൂട്ടി മാമനെ ശല്യപ്പെടുത്തുന്നത് സാമാന്യമര്യാദയല്ലല്ലോ എന്നു കരുതിയാണ് അഭി നിന്നത്. പിന്നാലെ എത്തിയ അനഘയും വേഗം കുറച്ചു. മുതിർന്നവരോട് ബഹുമാനം കാട്ടേണ്ടതാണ് എന്ന് അച്ഛനമ്മമാരിൽ നിന്നവർ പഠിച്ചിരിക്കുന്നു.

എഴുതിക്കൊണ്ടിരുന്ന പേപ്പറിൽനിന്നു മുഖമുയർത്തി പുഞ്ചിരിയോടെ രാജീവ് ചോദിച്ചു.

"എന്തായിരുന്നു അവിടെയൊരു ബഹളം?"

"അതോ പിന്നേ രാജീവ് മാമാ, ഇവനെന്നെ കളിയാക്കുകയാണ്. മൂങ്ങ എന്റെ കൂട്ടുകാരനാണത്രെ" അനഘ മുഖം വീർപ്പിച്ചു.

"കളിയാക്കുകയോ എന്തിന്?"

"ഇന്നുകാവിൽ വച്ച് മൂങ്ങയുടെ ശബ്ദം കേട്ടപ്പോൾ ചേച്ചി പേടിച്ചു വിറച്ചു. യക്ഷിയാന്നാ ചേച്ചി കരുതിയത്." അഭി അറിയിച്ചു.

"അതെയോ? മൂങ്ങയൊരു നല്ല പക്ഷിയല്ലേ മോളേ? അതിനെയെന്തിനാ പേടിക്കുന്നത്?

"നല്ല പക്ഷിയോ? അതിന്റെ രൂപം കണ്ടാൽത്തന്നെ പേടിയാകും. തുറിച്ചുനില്ക്കുന്ന കണ്ണുകളും ഒരു മാതിരിനോട്ടവും...." അനഘ കണ്ണുകൾ തുറിപ്പിച്ച, മൂങ്ങയെ അനുകരിച്ചുകാട്ടി.

"ഇപ്പോൾ അനുച്ചേച്ചിയെക്കണ്ടാൽ ശരിക്കും മൂങ്ങയെപ്പോലെ തന്നെ" അഭി കളിയാക്കി.

"ദേ രാജീവ് മാമാ, ഈ ചെക്കനിന്ന് ഞാൻ നല്ല തല്ലു കൊടുക്കുമേ, കുറെനേരമായി ഇവനെന്നെ കളിയാക്കുകയാണ്." അനഘയുടെ മുഖം കടുത്തു. രാജീവ് മാമൻ ഒരു പുഞ്ചിരിയോടെ അർത്ഥഗർഭമായി അഭിയെ നോക്കി. ആ നോട്ടത്തിൽ അരുതെന്ന് ഒരു വിലക്കുണ്ടായിരുന്നു. അത് അഭി തിരിച്ചറിഞ്ഞു.. ഇനി ചേച്ചിയെ കളിയാക്കില്ലെന്ന് അവൻ ഉറപ്പിക്കുകയും ചെയ്തു. പെട്ടെന്ന് വിഷയം മാറ്റിക്കൊണ്ട് രാജീവ് മാമൻ പറഞ്ഞു.

"കേട്ടോ മോളേ, മൂങ്ങ നല്ല പക്ഷിയാണെന്ന് ഞാൻ പറ

ഞ്ഞതെന്താണെന്നോ? അത് നമ്മുടെ വിളകൾ നശിപ്പിക്കുന്ന എലികളെ ധാരാളം കൊന്നു നശിപ്പിക്കും."

"കൊള്ളാമല്ലോ. നമുക്കു മൂങ്ങയെ വളർത്താൻ പറ്റുമോ മാമാ?" അഭി ചോദിച്ചു.

"അതൊരു കാട്ടുപക്ഷിയല്ലേ മോനേ? കൂട്ടിലിട്ടു വളർത്താൻ പാടില്ല അവയ്ക്ക് പകൽ കണ്ണു കാണില്ല. രാത്രി മാത്രമേ അവ പുറത്തിറങ്ങി പറന്നു നടക്കു. സ്വാഭാവികമായി പകൽ ഇരുട്ടുള്ള സസ്യനിബിഡമായ ഭാഗങ്ങളിലാണ് അത് ജീവിക്കാനിഷ്ടപ്പെടുന്നത്. അതുകൊണ്ട് തന്നെ മൂങ്ങകൾ വളരണമെങ്കിൽ നാം ധാരാളം മരങ്ങളും ചെടികളുമൊക്കെ നട്ടുവളർത്തി പകൽ അവയ്ക്ക് സുരക്ഷിതമായി ഒളിച്ചിരിക്കാൻ പറ്റിയ ഇടങ്ങൾ തീർക്കണം. "

"അതുകൊണ്ടാവാം അവ കാവിൽ വന്നു ജീവിക്കുന്നത് അല്ലേ?" അനഘ ചോദിച്ചു .

"അതെ വൃക്ഷങ്ങളും വള്ളിച്ചെടികളും ഒക്കെച്ചേർന്ന് നിബിഡമായ ഒരു സസ്യ മേലാപ്പു സൃഷ്ടിക്കുന്ന കാവുകൾക്കുള്ളിൽ അവ സുരക്ഷിതരാണ്. കാവുകൾ ഇവയെപ്പോലെ ഒട്ടേറെ ജീവികളെ സംരക്ഷിക്കുന്നുണ്ട്. പകൽ പുറത്തിറങ്ങാൻ മടിക്കുന്ന മരപ്പട്ടി, കുറുക്കൻ, വാലി, വെരുക്, കാട്ടു പൂച്ച എന്നിവയെയും പാമ്പുകൾ, അണ്ണാൻ, കീരി, പക്ഷികൾ തുടങ്ങിയവയെല്ലാം കാവുകളിൽ സസുഖം വാഴുന്നുണ്ട്."

"അപ്പോൾ കാവ് അവയ്ക്കൊരു വീടാണല്ലേ?" അനഘ ചോദിച്ചു.

"അതേ മോളേ. വിശ്വാസങ്ങളുടെ പേരിലാണെങ്കിൽക്കൂടി പണ്ടു മുതല്ക്കേ നമ്മുടെ നാട്ടിൽ ധാരാളം കാവുകൾ സംരക്ഷിച്ചു നിർത്തിയതിലൂടെ ഇത്തരം ജീവികൾക്ക് നമ്മുടെ പൂർവ്വികർ സംരക്ഷണമേകിയിരുന്നു. ഇപ്പോൾ കാവുകളിൽ നല്ലൊരു ഭാഗവും നശിപ്പിക്കപ്പെട്ടതിനാൽ അവയെ ആശ്രയിച്ചു ജീവിച്ചിരുന്ന മിക്ക ജീവികളും വംശനാശത്തിലേക്ക് നീങ്ങിക്കൊണ്ടിരിക്കുകയാണ്. ഞങ്ങളുടെ കുട്ടിക്കാലത്ത് നാട്ടിൻ പുറങ്ങളിൽ ധാരാളമായി കാണുമായിരുന്ന കുറുക്കനും മരപ്പട്ടിയും വാലിയും ഒക്കെ ഇപ്പോൾ ഈ നാട്ടിൽ കാണാനേയില്ല."

"കുറുക്കന്മാരിവിടെയൊക്കെ വരുമായിരുന്നോ?"അഭിയുടെ കണ്ണുകൾ വിടർന്നു.

“പിന്നേ? സന്ധ്യയാകുമ്പോൾ അവ ഒരുമിച്ച് ഓലിയിടുമായിരുന്നു. ഞങ്ങൾ കുട്ടികൾക്ക് അതു കേൾക്കുമ്പോൾ വല്ലാത്ത പേടിയായിരുന്നു. അവ ഒറ്റയ്ക്കും കൂട്ടമായും രാത്രിയിലും ചിലപ്പോൾ പകലും ഇവിടെയൊക്കെ കറങ്ങി നടക്കുകയും കോഴികളെയും മറ്റും പിടിച്ചു ശാപ്പിടുകയും പതിവായിരുന്നു.”

“പിന്നെ കുറുക്കന്മാരെങ്ങനെയാ ഇല്ലാതായത്?”

“അവയ്ക്ക് ഒളിച്ചിരിക്കാൻ പാകത്തിലുള്ള കുറ്റിക്കാടുകളും പൊന്തക്കാടുകളും സർപ്പക്കാവുകളും ഒക്കെ വെട്ടി നശിപ്പിക്കപ്പെട്ടപ്പോൾ അവയ്ക്ക് ജീവിക്കാനിടമില്ലാതായി. വംശവർദ്ധനവ് കുറഞ്ഞു. ഉള്ളവ പോലും ആഹാരമില്ലാതെയും സുരക്ഷയില്ലാതെയും ചത്തു പോകുന്ന അവസ്ഥയിലുമായി.”

“കുറുക്കന്മാരെ ആരാ ആക്രമിക്കുക?”

“പട്ടികൾ. പിന്നെ മനുഷ്യരും.”

“മനുഷ്യർ കുറുക്കന്റെ മാംസം തിന്നോ രാജീവ് മാമാ?” അഭിക്കറിയേണ്ടത് അതായിരുന്നു.

“ചിലപ്പോൾ. കൂടാതെ കുറുക്കന്റെ ഇറച്ചി കുരുമുളകും മഞ്ഞളും ചേർത്ത് വേവിച്ച് ഉരലിലിട്ടിടിച്ച് പതം വരുത്തി നില മുഴാനുപയോഗിക്കുന്ന കാളകളെ തീറ്റാറുണ്ടായിരുന്നു. അത് അവയുടെ ശക്തി വർദ്ധിപ്പിക്കുമെന്ന് വിശ്വസിക്കപ്പെട്ടിരുന്നു. ”

“പാവം കുറുക്കന്മാർ! കാവുകൾ ഇപ്പോഴും ധാരാളമുണ്ടായിരുന്നെങ്കിൽ കുറുക്കന്മാർക്ക് സുഖമായി ജീവിക്കാമായിരുന്നു. എല്ലാത്തരം ജീവികൾക്കും പ്രയോജനകരമായ രീതിയാൽ സഹവർത്തിത്തത്തോടെ ജീവിക്കാവുന്ന ഒരു നല്ല ആവാസ വ്യവസ്ഥയായി അവ പ്രവർത്തിക്കുമായിരുന്നു. ശരിക്കും നമ്മുടെ നാട്ടിൽ കാടുകളുടെയും കാവുകളുടെയും ഒക്കെ ആവശ്യമുണ്ടല്ലേ മാമാ?” അനഘ പറഞ്ഞു.

‘‘ഉവ്വ് മനുഷ്യനുൾപ്പെടെയുള്ള ജീവികൾക്ക് അവ നിലനില്പിനുള്ള മെച്ചപ്പെട്ട സാഹചര്യം ഒരുക്കുകയാണ് ചെയ്യുന്നത്. സർപ്പക്കാവുകളുടെ പ്രാധാന്യം മനസ്സിലാക്കിയതു കൊണ്ടല്ലേ നമ്മുടെ സർക്കാർ കാവുകൾ സംരക്ഷിക്കണമെന്നു നിർദ്ദേശിച്ചിട്ടുള്ളത്. ഐതിഹ്യപരമായും ആത്മീയമായും കലാപരമായും പരിസ്ഥിതിപരമായും കാർഷികമേഖലയിലുമൊക്കെ പ്രാധാന്യമുള്ളവയാണ് കാവുകൾ.”

"കാവുകളെക്കുറിച്ച് ഞങ്ങൾക്കെല്ലാം അറിയണം. ആദ്യം കാവിന്റെ ഐതിഹ്യം." അഭി കേൾക്കാൻ തയ്യാറായി ഇരുന്നു.

"സർപ്പങ്ങളുടെ അധിവാസത്തിനുവേണ്ടി പറ്റിയ ഒരു ഇടം വേണമെന്ന നാഗരാജാവായ വാസുകിയുടെ ആവശ്യപ്രകാരം പരശുരാമനാണ് കാവുകൾ സൃഷ്ടിച്ചതെന്ന് മുത്തശ്ശി പറഞ്ഞില്ലേ?" അനഘ ചോദിച്ചു.

"ആ പറഞ്ഞതു ശരിയാണോ മാമാ?" അഭിക്കതറിയണം. മാമൻ പറഞ്ഞാൽ അതു ശരിയായിരിക്കുമെന്നാണ് അവന്റെ വിചാരം.

"മോനേ അതെല്ലാം വിശ്വാസങ്ങളല്ലേ? സർപ്പങ്ങളെ ദൈവങ്ങളായി ആരാധിച്ചിരുന്നതിനാൽ പഴയ തറവാടുകളിൽ കാവുകൾ നിലനിർത്തിയിരുന്നു. ഇവ നശിപ്പിച്ചാൽ സന്തതി പരമ്പരയ്ക്ക് ദോഷം വരുമെന്നു പണ്ടത്തെ ആളുകൾ വിശ്വസിച്ചിരുന്നു. എന്തായാലും അത്തരം ചില വിശ്വാസങ്ങളുടെ പേരിൽ പണ്ടുള്ളവർ കാവുകൾ നശിക്കാതെ സൂക്ഷിച്ചു നില നിർത്തിയിരുന്നു. അവിടെ പൂജയും വിളക്കു വയ്ക്കലും പതിവായിരുന്നു. പൂജയ്ക്കായി ഉപയോഗിച്ചിരുന്ന വസ്തുക്കൾ എല്ലാംതന്നെ പ്രകൃതിദത്ത വസ്തുക്കളായിരുന്നു എന്നതത്രെ സർപ്പക്കാവിന്റെ സവിശേഷത. ഇതാണ് കാവുകളുടെ ആത്മീയ പ്രാധാന്യം. കേരളത്തിൽ ആലപ്പുഴ ജില്ലയിലാണ് ഏറ്റവുമധികം കാവുകൾ ഉള്ളത്. എറണാകുളം ജില്ലയിലെ ഇരിങ്ങോൾക്കാവാണ് കേരളത്തിലെ ഏറ്റവും വലിയ കാവ്. ഇവയുടെ കലാപരമായ പ്രാധാന്യമെന്നത് നാഗക്കളമിടൽ, പുള്ളുവൻ പാട്ട്, സർപ്പം തുള്ളൽ തുടങ്ങിയ കലാരൂപങ്ങൾ വളർന്നതും വികസിച്ചതും കാവുകളുമായി ബന്ധപ്പെട്ടായിരുന്നുവെന്നതാണ്. കാർഷിക മേഖലയിലെ പ്രാധാന്യം അവ ജൈവിക നിയന്ത്രണത്തിനു സഹായിക്കുന്നു എന്നതാണ്. കീടങ്ങളെ തിന്നു നശിപ്പിക്കുന്ന പക്ഷികൾ, എലികളെ തിന്നുന്ന മൂങ്ങകൾ, പാമ്പുകൾ എന്നിവ കാവുകളിലെ അന്തേവാസികളാണല്ലോ."

"നല്ല സുഖമാണ് കാവിനുള്ളിൽ നില്ക്കാൻ" അഭി അഭിപ്രായപ്പെട്ടു.

"കാവിലെ സസ്യങ്ങൾ തീർക്കുന്ന ഹരിതമേലാപ്പിലൂടെ സൂര്യപ്രകാശം കുറച്ചു മാത്രമേ കാവിനുള്ളിലേക്ക് കടക്കൂ.

സുഖകരമായ തണുപ്പും നേർത്ത ഇരുളും ഈർപ്പവും ഒക്കെച്ചേർന്ന ഒരു സൂക്ഷ്മ കാലാവസ്ഥ അഥവാ മൈക്രോ ക്ലൈമറ്റ് കാവിനുള്ളിൽ എപ്പോഴും ഉണ്ടായിരിക്കും ശബ്ദമലി നീകരണം കുറയ്ക്കുന്നതിനും കാവിലെ വൃക്ഷങ്ങൾ സഹായി ക്കുന്നു" മാമൻ പറഞ്ഞു.

"അഭി പറഞ്ഞതു ശരിയാ അല്പസമയം അവിടെ നില്ക്കുമ്പോൾ നല്ല ഉന്മേഷം കിട്ടും." അനഘ പറഞ്ഞു.

"അതെന്താന്നറിയ്യോ? അവിടെ വായു ശുദ്ധമാണ്. കാവിലെ സസ്യങ്ങളുടെ ഇലകൾ ആ പ്രദേശത്തെ വായുവിലെ കാർബൺഡയോക്സൈഡ് വലിച്ചെടുത്ത് ഓക്സിജൻ പുറന്തള്ളി വായുവിനെ ശുദ്ധീകരിക്കുന്നു. ഒരാൾക്ക് ശ്വസിക്കാൻ ഒരു മണിക്കൂറിൽ 50 ലിറ്റർ ഓക്സിജൻ വേണം. ഒരു ശരാശരി വലിപ്പമുള്ള ഇല ഒരു മണിക്കൂറിൽ പുറത്തു വിടുന്നത് 5 മില്ലി ലിറ്റർ ഓക്സിജൻ മാത്രമാണ്. അങ്ങനെയെങ്കിൽ ഒരാൾക്ക് ഒരു മണിക്കൂർ ശ്വസിക്കാൻ ആവശ്യമായ ഓക്സിജൻ പുറത്തു വിടാൻ എത്ര ഇല വേണമെന്ന് ആലോചിച്ചു നോക്കൂ. എങ്കിൽ ഒരാൾക്ക് ഒരുദിവസം ശ്വസിക്കാൻ ആവശ്യമായ ഓക്സിജൻ പുറത്തു വിടാൻ എത്ര ഇല വേണമെന്ന് ചിന്തിച്ചു നോക്കൂ. അവിടെ യാണു കാവു കൾ പ്രസക്തമാകുന്നത്. മണ്ണൊലിപ്പു തടയാനും ജലസംരക്ഷണ ത്തിനും കാവുകൾ സഹായിക്കുന്നുണ്ട്. മിക്ക കാവുകളോടു ചേർന്നും വറ്റാത്ത കുളങ്ങളോ ജലാശയങ്ങളോ ഉണ്ടായിരിക്കും. അതിൽ വേനലിലും യഥേഷ്ടം ജലമുണ്ടായിരിക്കും."

"അതെന്തു കൊണ്ടാ മാമാ?" അഭി ചോദിച്ചു.

"കാവിലെ സസ്യമേലാപ്പിനെക്കുറിച്ചു പറഞ്ഞുവല്ലോ? മഴ പെയ്യുമ്പോൾ ഇവയുടെ മേൽ പതിക്കുന്ന മഴത്തുള്ളികൾ ശക്തി കുറഞ്ഞ് മെല്ലെ ഭൂമിയിലേക്കു വീഴും. കാവുകളുടെ അടിത്ത ട്ടിൽ ഇലകളും ചില്ലകളും ഒക്കെ വീണടിഞ്ഞ് ജീർണ്ണിച്ച് ഒരു ജൈവമെത്തയുണ്ടായിരിക്കും. ഇത് ഒരു സ്പോഞ്ചു പോലെ പ്രവർത്തിക്കുന്നു. ഇതിലേക്കാണ് മഴ വെള്ളം ഒലിച്ചിറങ്ങുന്ന ത്.. ഇവിടെ അവ മുൻപറഞ്ഞ ജൈവമെത്തയുടെ അടുക്കിലേക്ക് ആഗിരണം ചെയ്യപ്പെടും. ഇതിനടിയിൽ സസ്യങ്ങളുടെ വേരു കൾ കെട്ടുപിണഞ്ഞുണ്ടായ ഒരു ജൈവജാലികയുണ്ടായിരിക്കും. ഇത് മൺതരികളുമായി ഇടകലർന്ന് വലക്കണ്ണികൾപോലെ

അവയെ സംരക്ഷിച്ചു നിർത്തും ആഗിരണം ചെയ്യപ്പെട്ട ജലകണങ്ങൾ കാവിന്റെ തറയിലേക്ക് കിനിഞ്ഞിറങ്ങും ഇത് ഉറവയായി കുളങ്ങളിലേക്കു ചുരന്നൊഴുകും. അതിനാലാണ് അവ വറ്റാത്തത്. സമീപപ്രദേശത്തുള്ള കിണറുകളിലേക്കും ഈ ജലം മണ്ണിനടിയിലൂടെ എത്തിച്ചേരും. കാവു തീണ്ടല്ലേ കിണർ വറ്റുമെന്ന് പഴമക്കാർ പറയുന്നത് എന്തു കൊണ്ടെന്ന് ഇപ്പോൾ മനസ്സിലായോ? ”

“ഒരു കാവുണ്ടായാൽ എന്തെല്ലാം പ്രയോജനം! എന്നിട്ടും എന്താ മാമാ എല്ലായിടത്തും കാവുകൾ ഇല്ലാത്തത്?” അനഘ ചോദിച്ചു

“മനുഷ്യന്റെ ആർത്തി തന്നെ കാരണം. സർപ്പക്കാവുകൾക്ക് വിശ്വാസങ്ങളുടെ പിൻബലമില്ലാതെ വന്നപ്പോൾ അവ നശിപ്പിക്കുന്നതിൽ ആളുകൾക്ക് ഭയമില്ലാതായി. കാവുകളുടെ പ്രാധാന്യം. കാവുകൾ നല്കുന്ന സേവനങ്ങളെ അവർ സൗകര്യപൂർവ്വം മറന്നു. കേരളത്തിൽ തിരുവിതാംകൂറിൽ മാത്രം പതിനായിരത്തോളം കാവുകൾ ഉണ്ടായിരുന്നു. എന്നാൽ ഇന്ന് കേരളത്തിലാകമാനം രണ്ടായിരത്തോളമായി കുറഞ്ഞു. ഇന്നു ശേഷിക്കുന്നവയും നാശഭീഷണിയിലാണ്. വീടു വയ്ക്കുന്നതിനും ആദായകരമായ റബ്ബർ പോലുള്ള വിളകൾ നട്ടു വളർത്തുന്നതിനും ഒക്കെയായി മനുഷ്യർ അവയെ നിർദ്ദയം വെട്ടി നശിപ്പിച്ചുകൊണ്ടിരിക്കുകയാണ്.”

“എന്തു ദുഷ്ടന്മാരാണ് മനുഷ്യർ” അഭി ധാർമ്മികരോഷം പൂണ്ടു.

“അതെ മോനേ പരിസ്ഥിതിയുടെ സന്തുലിതാവസ്ഥയ്ക്കും ജൈവസുസ്ഥിരത നിലനിർത്തുന്നതിനും കാവുകൾ സംരക്ഷിക്കപ്പെടേണ്ടത് അവശ്യമാണെന്ന് മനസ്സിലാക്കി, അവയ്ക്ക് സംരക്ഷണമേകാനുള്ള ബുദ്ധി എന്നാണിനി മനുഷ്യന് ഉണ്ടാവുകയെന്നറിയില്ല. ഇക്കോ സിസ്റ്റം..”

“ദേ, മാമനും മക്കളുമായുള്ള ചർച്ചയൊക്കെ കഴിഞ്ഞെങ്കിൽ അത്താഴം കഴിക്കാൻ വരു എല്ലാവരും” മുത്തശ്ശി രംഗപ്രവേശം ചെയ്തതോടെ സന്ദർഭത്തിന്റെ ഗൗരവം കുറഞ്ഞു. അത്താഴം കഴിക്കാനായി അടുക്കളയിലേക്കു നീങ്ങുമ്പോഴും കുട്ടികളുടെ മനസ്സിൽ കാവിനുള്ളിലെ സുഗന്ധമാർന്ന കുളിരും പച്ചപ്പും മായാതെ നിന്നിരുന്നു.

നാല്

രാവിലെ ഒരു യാത്രയ്ക്ക് പോകാമെന്ന് മാമൻ പറഞ്ഞപ്പോൾ മുതൽ വല്ലാത്ത ത്രില്ലിലാണ് കുട്ടികൾ. അവരെ സംബന്ധിച്ച് മാമനോടൊപ്പമുള്ള പുറത്തു പോകൽ എപ്പോഴും പുതുമയാർന്നതാണ്. കാണാത്ത കാഴ്ചകൾ, ഏറെ അറിവുകൾ, അനുഭവങ്ങൾ... ഒക്കെ അവർക്കിപ്പോൾ ലഹരിയാണ്. മാമന്റെ ഒരു സുഹൃത്തിന്റെ വീട്ടിലേക്കാണ് പോകുന്നതെന്നാണു മാമൻ പറഞ്ഞതെങ്കിലും തങ്ങൾക്കായി എന്തോ ഒരു വിശേഷം അവിടെ കാത്തു വയ്ക്കുന്നുണ്ടാകുമെന്ന് അവർ കരുതുന്നു. പുലർച്ചയ്ക്ക് എഴുന്നേല്ക്കാൻ അഭിക്ക് മടിയാണെങ്കിലും അന്ന് അതിരാവിലെ തന്നെ അവൻ എഴുന്നേറ്റ് പോകാൻ റെഡിയായി. അനഘയുടെ മുടി കെട്ടിക്കൊടുക്കുന്നതിനിടയിൽ അമ്മ പറഞ്ഞു. “നല്ല കുട്ടികളായി നില്ക്കണം കേട്ടോ മാമന് ബുദ്ധിമുട്ടുണ്ടാക്കരുത്.”

“തീർച്ചയായും” ഒരേ സ്വരത്തിൽ അവർ പ്രതിവചിച്ചു.

പുറപ്പെടാൻ നേരം സൈക്കിൾ ഒഴിവാക്കി മാമൻ കാർ സ്റ്റാർട്ടാക്കുന്നതു കണ്ടപ്പോൾ അവർക്ക് മനസ്സിലായി യാത്ര കുറെ ദൂരേക്കാണെന്ന്. രണ്ടുപേരും പെട്ടെന്ന് കാറിലേക്ക് കയറി. യാത്രയെക്കുറിച്ചോർത്ത് രാത്രി ഏറെ നേരം ഉറങ്ങാതെ കിടന്നതിനാലാകണം കുറെ ദൂരം കാറ് നീങ്ങിയപ്പോൾ അഭി

ഉറങ്ങിപ്പോയി. ഏറെ ദൂരം കാർ ഓടിയിരിക്കണം. അനഘ തട്ടിയുണർത്തിയപ്പോഴാണ് അവൻ ഉണർന്നത്. ഏതോ ഒരുസ്ഥലം. കുറെ നേരത്തേക്ക് അഭിക്ക് സ്ഥലകാലബോധം ഉണ്ടായില്ല. ധാരാളം പക്ഷികളുടെ ചിലമ്പലുകൾ തണുത്ത കാറ്റിന്റെ സ്പർശം. വല്ലാത്ത നിശ്ശബ്ദത.... ഒട്ടു നേരത്തിനു ശേഷം അവൻ തിരിച്ചറിഞ്ഞു മാമന്റെ സുഹൃത്തിന്റെ വീട് എത്തിയിരിക്കുന്നു. കാറിന്റെ ഡോർ തുറന്ന് അവൻ പുറത്തിറങ്ങി. നനവുള്ള അന്തരീക്ഷം. മുറ്റത്ത് തത്തിനടക്കുന്ന താറാവുകൾ. കുട്ടികൾ കൗതുകത്തോടെ അവയെ നോക്കി നിന്നു. വാത്ത.

"ങ്ഹാ രാജീവ് എത്തിയോ" ചോദ്യത്തിനു പിന്നാലെ രവിയങ്കിൾ- മാമന്റെ സുഹൃത്ത് വീടിനു പുറത്തേക്കിറങ്ങിവന്നു. "ഓ ഇവരാണോ രാജീവിന്റെ വി ഐ പീസ്" അഭിയുടെ ശിരസ്സിൽ സ്നേഹപൂർവ്വം തഴുകിക്കൊണ്ട് അദ്ദേഹം ചിരിച്ചു.

"വരു അകത്തേക്കു വരു."അദ്ദേഹം ക്ഷണിച്ചു. കുളിർമ്മയുള്ള മുറിക്കകത്തിരിക്കുമ്പോൾ വല്ലാത്തൊരു സുഖം. തണൽ വീണുറങ്ങുന്ന മുറ്റത്ത് വീണുകിടക്കുന്ന ചില പൂവുകൾ. മുറ്റത്തിനപ്പുറം കെട്ടി നില്ക്കുന്ന വെള്ളത്തിൽ ചുവടൂന്നി നില്ക്കുന്ന ചെറു വൃക്ഷങ്ങൾ. കൂട്ടമായി വളരുന്ന അവ മുറ്റത്തേക്കെറിയുന്ന നിഴൽപ്പാടുകൾ. കുട്ടികൾ പുറത്തേക്കു തന്നെ നോക്കിയിരിക്കുന്നതു കണ്ടപ്പോൾ രവിയങ്കിൾ പറഞ്ഞു. "നമുക്ക് പുറത്തേക്കു പോകാം മക്കളെ. അല്പം കഴിയട്ടെ."

രവിയങ്കിളിന്റെ അമ്മ കുറെ ഉണ്ണിയപ്പവുമായി വന്നു. രുചിയേറിയ ആ ഉണ്ണിയപ്പം തിന്നുകൊണ്ടിരുന്നപ്പോൾ അനഘ ചോദിച്ചു. "അതേതു മരമാണ് അങ്കിൾ?" പൊക്കം കുറഞ്ഞ് ഏകദേശം ഒരേ പൊക്കത്തിൽ വളർന്നു നില്ക്കുന്ന ഒരു കൂട്ടം മരങ്ങളിലേക്കാണ് അനഘ വിരൽ ചൂണ്ടിയത്. വെള്ളത്തിലേക്ക് പൊയ്ക്കാലുകളൂന്നി നില്ക്കുന്ന ആ വൃക്ഷത്തിന് എന്തൊക്കെയോ പ്രത്യേകതകളുണ്ടെന്നവൾക്കു തോന്നിയിരുന്നു.

"അതാണ് മോളേ കണ്ടൽച്ചെടി. നമുക്കതിനെ വിശദമായി ത്തന്നെ പരിചയപ്പെടാം" രവിയങ്കിൾ പറഞ്ഞു. അങ്കിളിന്റെ ചിരിയിൽ എന്തോ സസ്പെൻസുണ്ടെന്ന് അവൾക്കു തോന്നി. കുസൃതിച്ചിരിയോടെ അങ്കിൾ അകത്തേക്ക് നോക്കി വിളിച്ചു.

"അമ്മേ "

"ദാ വരുന്നു" മറുപടിക്കൊപ്പം അങ്കിളിന്റെ അമ്മ ഒരു വലിയ പാക്കറ്റുമായി ഉമ്മറത്തെത്തി.

"ദേ രവി മോനേ കുട്ടികളെ സൂക്ഷിച്ചോണേ. ങ്ഹാ സന്തോഷമായി പോയി വരു മക്കളെ " അവർ സ്നേഹപൂർവ്വം രണ്ടുപേരെയും ചേർത്തു പിടിച്ചുകൊണ്ട് പറഞ്ഞു.

പോവ്വേ? എങ്ങോട്ട്? കുട്ടികൾ അതിശയിച്ചു. കുട്ടികളുടെ ചിന്ത മനസ്സിലാക്കി രാജീവ് മാമൻ ഒടുവിൽ സസ്പെൻസ് പൊളിച്ചു.

"നമ്മളൊരു ട്രിപ്പ് പോകാൻ പോകുന്നു. റെഡി?" കുട്ടികൾക്ക് ഉത്സാഹമായി. കഴിയുന്നത്ര കാഴ്ചകൾ കാണിക്കാൻ കൂട്ടിക്കൊണ്ടു പോയി തങ്ങളുടെ അവധിക്കാലം ഉല്ലാസപ്രദമാക്കാനാണ് മാമൻ ശ്രമിക്കുന്നത്.. അത് തങ്ങളോടുള്ള സ്നേഹവായ്പിന്റെ പ്രകടനമാണെന്ന് കുട്ടികൾ തിരിച്ചറിഞ്ഞു

"ആ തൊപ്പി തലയിൽ വച്ചോളു." രവിയങ്കിൾ ഓർമ്മിപ്പിച്ചു.

മുറ്റത്തിനപ്പുറം വന്നു മുട്ടിക്കിടക്കുന്ന വെള്ളത്തിൽ അവരെക്കാത്ത് വിശ്രമിക്കുന്ന ചെറു വഞ്ചി. ഇരുപുറവും അതിരു കെട്ടി മണ്ണിട്ടുയർത്തി നിർമ്മിച്ച തിണ്ടിൽനിന്ന് വള്ളത്തിലേക്ക്

കയറുന്നതിന് രവിയങ്കിൾ കുട്ടികളെ സഹായിച്ചു. മൂന്നുപേരും കയറിക്കഴിഞ്ഞപ്പോൾ അമ്മ നല്കിയ പാക്കറ്റ് വള്ളത്തിൽ ഭദ്രമായി വച്ച് രവിയങ്കിളും വള്ളത്തിൽ കയറിയിരുന്നു. വള്ളത്തിനുള്ളിൽ ഒരു ഓരത്ത് ഒരു മത്സ്യവല കിടക്കുന്നത് അഭി ശ്രദ്ധിച്ചു. വള്ളത്തിൽ ചാരി വച്ചിരുന്ന ചെറിയ പങ്കായമെടുത്ത് അങ്കിൾ മെല്ലെ തുഴഞ്ഞു തുടങ്ങി. കണ്ടൽ ചെടികൾ തീർത്ത കാടിനിടയിലൂടെ സാവധാനം വള്ളം നീങ്ങിത്തുടങ്ങി.

കുട്ടികൾക്ക് അതൊരു പുതിയ അനുഭവമായിരുന്നു. കണ്ടൽ കാടിനിടയിലൂടെ ഒരു ജലയാത്ര- വിനോദയാത്ര. ഇരുവരും ആകാംക്ഷയോടെ ആ ജലയാത്ര ആസ്വദിച്ചു.

"അതാ അതാ ഒരു പക്ഷി" കണ്ടൽ ചില്ലകൾക്ക്മേലെ ചിറകുകൾ വിടർത്തിയിരുന്ന് വെയിൽ കായുന്ന ഒരു പക്ഷിയെ അനഘ ചൂണ്ടിക്കാട്ടി.

"അതാണ് നീർക്കാക്ക. ഇതുപോലെ ധാരാളം പക്ഷികൾ കണ്ടൽ കാടുകളിലുണ്ടാകും"രവിയങ്കിൾ പറഞ്ഞു.

"കാണാൻ പറ്റ്വോ?"

"തീർച്ചയായും"

"എന്തൊക്കെ പക്ഷികളാണുണ്ടാവുക?"

"കണ്ടൽ കാടുകളിലേറെയും നീർപക്ഷികളാണ്. കാണപ്പെടുന്നത്. ഏകദേശം 196 ഇനം പക്ഷികൾ കണ്ടൽ കാടുകളിലുണ്ടത്രെ. ചെന്നെല്ലിക്കോഴി, ചിന്നക്കൊക്ക്, തുത്തെരിപ്പൻ, കരിങ്കൊക്ക്, പാതിരാക്കൊക്ക്, നീർക്കാക്ക, ചേരക്കോഴി, ചില ദേശാടനക്കിളികൾ, പൊന്മാൻ എന്നിവ കണ്ടൽ കാടുകളിൽ കാണപ്പെടുന്ന പക്ഷികളിൽ ഉൾപ്പെടുന്നു." അങ്കിൾ പറഞ്ഞു നിർത്തിയതും പറഞ്ഞതിനു തെളിവെന്ന വണ്ണം ഒരു പൊൻമാൻ മിന്നൽ വേഗത്തിൽ ഒരു മീനിനെ കൊത്തിയെടുത്തു പറന്ന് മരച്ചില്ലയിലിരിപ്പായി

"എന്താ അങ്കിളേ ഇത്രയും പക്ഷികൾ ഇവിടെത്തന്നെ വന്നു ജീവിക്കുന്നത്?" അഭി ചോദിച്ചു.

"പൊന്മാൻ ഇപ്പോൾ മത്സ്യം പിടിച്ചു പറന്നത് മോൻ കണ്ടില്ലേ? അതു പോലെ ഇവിടെനിന്ന് ധാരാളം മത്സ്യം ലഭിക്കുമെന്നതിനാലാണ് പക്ഷികൾ ഇവിടെ വസിക്കാനിഷ്ടപ്പെടുന്നത്. കൂടാതെ കണ്ടൽ കാടുകളിൽ സുരക്ഷിതമായി കൂടുകൂട്ടി

കുഞ്ഞുങ്ങളെയും ഉല്പാദിപ്പിച്ചു ജീവിയ്ക്കാനുമവയ്ക്ക് കഴിയും."

"ഒത്തിരി മീനുണ്ടോ അങ്കിൾ ഇവിടെ?"

"പിന്നേ? മീനുകളുടെ ഒരു ഹാച്ചറി തന്നല്ലേ കണ്ടൽ കാടുകൾ. പ്രകൃതി ഒരുക്കുന്ന ഹാച്ചറി! ഇവയുടെ വേരു പടലത്തിനിടയിൽ മത്സ്യങ്ങളും ഞണ്ടുകളും കൊഞ്ചുമെല്ലാം മുട്ടയിട്ടു പെരുകുന്നു."

"എന്തൊക്കെ മീനുണ്ടാകും ഇവിടെ?" അഭിക്ക് മീനുകളോട് വല്ലാത്ത ഇഷ്ടമാണ്.

"കരിമീൻ, തിരുത, പള്ളത്തി, കണമ്പ്, കാളാഞ്ചി, തിലാപ്പിയ, പൂളാൻ, പൂമീൻ അങ്ങനെ പലതും."

"നമ്മൾക്കു പിടിച്ചാലോ?" അഭി അനഘയോടു ചോദിച്ചു

"എങ്ങനെയാ പിടിക്കുന്നത്?" തെല്ലു നിരാശ കലർന്ന സ്വരത്തിൽ അനഘ തിരിച്ചു ചോദിച്ചു.

"നമുക്കു മാർഗ്ഗമുണ്ടാക്കാം. കുറച്ചു കഴിയട്ടെ." രവിയങ്കിൾ അവരെ സമാധാനിപ്പിച്ചു. കണ്ടൽ കാടിനിടയിലൂടെയുള്ള യാത്ര കുട്ടികളെ വല്ലാതെ ഹരം പിടിപ്പിച്ചു തുടങ്ങിയിരുന്നു. ഇടയ്ക്കിടെ ചില മത്സ്യങ്ങൾ ജലോപരിതലത്തിലേക്ക് പൊങ്ങിവന്നിട്ടു താണു പോകുന്നത് അവർ കണ്ടു.

"എത്ര മീനുകളാണിവിടെ. നല്ല രസമുണ്ട് ല്ലേ ചേച്ചീ. " അഭി ആവേശത്തോടെ പറഞ്ഞു.

"122 തരം മീനുകളുണ്ട് കണ്ടൽ കാടുകളിൽ. മീനുകളും പക്ഷികളും മാത്രമല്ല മോനേ, 144 ഇനം അകശേരുക ജന്തുക്കൾ, 122 ഇനം മത്സ്യങ്ങൾ, 13 ഇനം സസ്തനികൾ, 14 തരം ഉരഗങ്ങൾ തുടങ്ങിയവ ഇവിടെ കാണപ്പെടുന്നു."

അഭി അത്ഭുതംകൊണ്ട് വായ് പൊളിച്ചിരുന്നു. ഇത്രയും ജീവികളോ? അവൻ എന്തോ ചോദിക്കാനാഞ്ഞതായിരുന്നു. പെട്ടെന്നാണ് ഒരു ചലനം അവന്റെ ശ്രദ്ധയിൽ പെട്ടത്. അതെന്താണെന്ന് സൂക്ഷിച്ചു നോക്കുന്നതിനിടയിൽ വള്ളം തുഴയുന്ന ശബ്ദം കേട്ട് ഭീതി പൂണ്ട ഒരു ജീവി കണ്ടലുകൾക്കിടയിലെ ചെറിയ മൺതിട്ടയിൽനിന്ന് ഇഴഞ്ഞിറങ്ങി വെള്ളത്തിലേക്ക് ഊളിയിട്ട് അപ്രത്യക്ഷമായി. അഭി അതിനെ വ്യക്തമായി കണ്ടു. ഒരു വലിയ ജീവി. നേരിയ ഒരു ഭയം അവനെ ബാധിച്ചു.

"അതെന്തു ജീവിയാണു മാമാ?"

"അത് നീർനായയാണ്. ദാ കണ്ടോളു." അതിനോടകം ആ ജീവിയുടെ ചിത്രം മൊബൈൽഫോണിൽ പകർത്തിക്കഴിഞ്ഞ രാജീവ് മാമൻ അതു നീട്ടിക്കൊണ്ട് പറഞ്ഞു. കുട്ടികൾ താല്പര്യത്തോടെ ആ ചിത്രം കാണുന്നതിനിടയിൽ രവി അങ്കിൾ പറഞ്ഞു. "കണ്ടൽ കാടുകളിലെ മറ്റൊരു അന്തേവാസി. നമ്മളെപ്പോലെതന്നെ മൂപ്പരും ഒരു മീൻ കൊതിയനാ കേട്ടോ" കുട്ടികൾക്കു രസം പിടിച്ചു

"ഇനിയും കൊതിയന്മാരെ കാണാമോ അങ്കിളേ"

"നോക്കാം." ചിരിച്ചുകൊണ്ട് അങ്കിൾ പറഞ്ഞു "പക്ഷേ, കൊതിയന്മാരുടെ കൂട്ടത്തിൽ കടുവകളും ചീങ്കണ്ണികളും ഒക്കെയുണ്ടാകും കേട്ടോ."

"യ്യോ. ഇവിടേമുണ്ടോ. അവയെല്ലാം?"

"എന്താ മോനു കാണണോ?"

"വേണ്ട എനിക്ക് നമ്മെ ഉപദ്രവിക്കാത്ത ജീവികളെ കണ്ടാൽ മതി." അഭി നിഷ്കളങ്കമായി പറഞ്ഞു. പറഞ്ഞു തീർന്നില്ല എന്നാൽ കണ്ടോ എന്ന മട്ടിൽ ഒരു കുരങ്ങ് ഒരു മരച്ചില്ലയിൽനിന്ന് അടുത്ത ചില്ലയിലേക്ക് കുതിച്ചുചാടി അവിടെയിരുന്ന് വള്ളത്തിലെ യാത്രക്കാരെ നിരീക്ഷിച്ചു.

"സൂക്ഷിച്ചോ മക്കളെ ഇവനൊരു കള്ളനാണ്. നമ്മുടെ തൊപ്പിയോ ആഹാരവസ്തുക്കളോ ഒക്കെ ഇവൻ ചിലപ്പോൾ അടിച്ചുമാറ്റും." രവിയങ്കിൾ പറഞ്ഞു. അങ്കിളിന്റെ അമ്മ നല്കിയ പാക്കറ്റിൽ ആഹാരമായിരുന്നുവെന്ന് അപ്പോഴാണവർ അറിയുന്നത്. അനഘ അത് അടുത്തേക്കു നീക്കി വച്ചു. അപ്പോഴേക്കും കുരങ്ങ് അടുത്ത ചില്ലയിലേക്ക് ചാടി.

"അങ്കിൾ, ദേ കള്ളൻ അങ്ങോട്ടു പോകുന്നു." അഭി വിളിച്ചു കൂവി.

"ടാ കുരങ്ങാ ഇങ്ങോട്ടു വാടാ." അവൻ വിളിച്ചു. അതു കേൾക്കാത്ത മട്ടിൽ കുരങ്ങ് ചാടിച്ചാടി ഇലകൾക്കിടയിൽ അപ്രത്യക്ഷനായി. അഭിക്ക് നിരാശതോന്നി.

"ആ കൊതിയൻ കള്ളൻ പോയി അങ്കിളേ." അവൻ വിഷമത്തോടെ പറഞ്ഞു.

"അവന് തേനോ പഴങ്ങളോ ഒക്കെ ഇവിടെ കിട്ടും പിന്നെ

അവനെന്തിനാ ഇവിടെ നില്ക്കുന്നത്?" രവിയങ്കിൾ നിസ്സാരമട്ടിൽ പറഞ്ഞു.

"കണ്ടൽ കാടുകളിൽ തേൻ കിട്ടുമോ?"

"പിന്നേ? തേനിന്റെ മികച്ച സ്രോതസ്സുകളാണ് കണ്ടൽ കാടുകൾ. നിങ്ങൾ സുന്ദർബൻസ് എന്ന് കേട്ടിട്ടുണ്ടോ."

"ഉവ്വ് അങ്കിൾ" രണ്ടുപേരും ഒന്നിച്ചു പറഞ്ഞു.

"അവിടത്തെ കണ്ടൽ കാടുകളിൽനിന്ന് പ്രതിവർഷം 2,63,000 കിലോഗ്രാം തേനാണ് ലഭിക്കുന്നത്."

"അപ്പോൾ കണ്ടൽ കാടുകൾകൊണ്ട് മനുഷ്യർക്കും നല്ല ഉപയോഗമാണ് അല്ലേ അങ്കിൾ?" അനഘയ്ക്ക് അതിശയം തോന്നി.

"തീർച്ചയായും. കണ്ടൽ കാടുകളുടെ ഉപയോഗം ഇവ മാത്രമല്ല.. പരിസ്ഥിതി സംരക്ഷണത്തിൽ അവ അദ്വിതീയമായ പങ്ക് വഹിക്കുന്നുണ്ട്. ഇവയുടെ വേരു പടലം മണ്ണിനെ ഉറപ്പിച്ചു നിർത്തുന്ന ഭൂവസ്ത്രം പോലെ പ്രവർത്തിക്കുകയും അതുവഴി മണ്ണൊലിപ്പു തടയുകയും ചെയ്യുന്നു. .കൂടാതെ ഇവയുടെ വേരുകൾ ആഴത്തിൽ തുളഞ്ഞിറങ്ങി തിരമാലകളുടെ ആഘാതത്തിൽനിന്ന് തീരത്തെ സംരക്ഷിക്കുന്നു 2004 ൽ ഉണ്ടായ സുനാമി ഓർമ്മയില്ലേ? അന്ന് കണ്ടൽ കാടുകളാൽ ചുറ്റപ്പെട്ട സ്ഥലങ്ങളിലെല്ലാം സുനാമിയുടെ ആഘാതം കുറവായിരുന്നത് ഇവ കടലിനും തീരത്തിനുമിടയിൽ സമ്മർദ്ദ നിരോധന മേഖലകളായി പ്രവർത്തിച്ചതു കൊണ്ടാണ്."

"കൊള്ളാമല്ലോ കണ്ടൽ കാടുകൾ"

"തീർന്നില്ല. വെള്ളത്തിൽ ലയിച്ചെത്തുന്ന മാലിന്യങ്ങളെയും മറ്റും വലിച്ചെടുക്കുക വഴി ഇവ ജലം ശുദ്ധീകരിക്കും. വേരുകൾ വഴി വലിച്ചെടുക്കുന്ന ലവണാംശം ഇലകളിലെ ലവണഗ്രന്ഥികൾ വഴി പുറന്തള്ളാനുള്ള കഴിവ് ഇവയ്ക്കുണ്ട്. എണ്ണമലിനീകരണമൊഴികെ മറ്റെല്ലാത്തരം മലിനീകരണവും ഇത്തരത്തിൽ ഒഴിവാക്കാൻ അവയ്ക്കു കഴിയും. ഭൂഗർഭജലത്തിന്റെ അളവ് കൂട്ടുവാനും കണ്ടൽ കാടുകൾ സഹായിക്കുന്നു. "

"പക്ഷേ, അങ്കിളേ ഈ കണ്ടലുകളുടെ ഇലകൾ വീണഴുകി ജലം കൂടുതൽ മലിനമാകില്ലേ?" അനഘ സംശയം പ്രകടിപ്പിച്ചു.

“കണ്ടലുകൾക്ക് ജൈവചംക്രമണശേഷി കൂടുതലാണ്. ഇവയുടെ കൊഴിയുന്ന ഇലകളും തണ്ടുകളും പൂക്കളും കായ്കളുമൊക്കെ ഞണ്ടുകൾക്കും, ബാക്ടീരിയ പോലുള്ള സുക്ഷ്മ ജീവികൾക്കും ഭക്ഷണമാകുന്നു ഇങ്ങനെ അഴുകിയ കണ്ടൽ ഇലകൾ തിന്നു ജീവിക്കുന്ന ജീവികളുടെ കാഷ്ഠവും അഴുകിയ ജൈവാവശിഷ്ടവും കണ്ടൽ കാടുകളിലെ ചെമ്മീൻ കൂട്ടത്തിന്റെ ഭക്ഷണമാകുന്നു.”

“എല്ലാ കണ്ടൽ ചെടികളും ഒരു പോലെയാണോ അങ്കിൾ”

“അല്ല മോളേ കടക്കണ്ടൽ, ഭ്രാന്തൻ കണ്ടൽ,പൂക്കണ്ടൽ, വള്ളിക്കണ്ടൽ, ചുള്ളിക്കണ്ടൽ, കണ്ണാമ്പൊട്ടി, എഴുത്താണിക്കണ്ടൽ, ചെറിയ ഉപ്പട്ടി, വലിയ ഉപ്പട്ടി എന്നിങ്ങനെ പലതരം കണ്ടലുകളുണ്ട്. കേരളത്തിലെ കണ്ടൽ കാടുകളിൽ ഏകദേശം 18 ഇനം കണ്ടലുകൾ ഉണ്ട്.”

“ഈ കണ്ടലുകളെ എങ്ങനെയാണ് തിരിച്ചറിയുന്നത് അങ്കിൾ?”

“കണ്ടൽ ചെടികൾക്ക് കുറെ പ്രത്യേകതകളുണ്ട്. ഇവ അധികം ഉയരത്തിൽ വളരാത്ത ചെറു വൃക്ഷങ്ങളാണ്. ഒരു പ്രദേശത്ത് ഒരു പ്രത്യേക കണ്ടൽ ഇനമേ ഉണ്ടാകു. ഇവയ്ക്ക് സാധാരണ വേരുകൾക്കു പുറമെ താങ്ങു വേരുകളും ശ്വസന വേരുകളും ഉണ്ടാകും.”

“ശ്വസനവേരുകളോ?” അനഘ അത്ഭുതപ്പെട്ടു.

“നോക്കു ആ വെള്ളത്തിൽനിന്നു ചുള്ളിക്കമ്പുകൾ പോലെ ഉയർന്നുനില്ക്കുന്ന ചില ഭാഗങ്ങൾ കണ്ടോ. അവയാണ് ശ്വസന വേരുകൾ. ഇവയിലെ ചെറു സുഷിരങ്ങൾ വഴി വായു ഉള്ളിലേക്ക് വലിച്ചെടുക്കുന്നതിനാലാണ് ഇവയെ ശ്വസനവേരുകൾ എന്നു വിളിക്കുന്നത്. ഇവയെ ന്യൂമാറ്റോഫോറുകൾ എന്നുമറിയപ്പെടുന്നു. ഓക്സിജന്റെ കുറവ്, ജലത്തിലെ ലവണാംശത്തിലുള്ള വ്യതിയാനം, താപനിലയിലെ മാറ്റം, ഈർപ്പവ്യത്യാസം എന്നീ പ്രതികൂല സാഹചര്യങ്ങളെ അതിജീവിക്കാൻ കണ്ടൽ കാടുകൾക്കു കഴിവുണ്ട്. ഇവയുടെ വിത്തുകൾ മുളയ്ക്കുന്നത് വൃക്ഷത്തിൽ തൂങ്ങിക്കിടന്നുകൊണ്ടാണ്. വേരുകൾ മുളച്ചു കഴിഞ്ഞശേഷം അവ സസ്യത്തിൽനിന്ന് താഴെ വീണ് മണ്ണിൽ

വേരുറപ്പിച്ചു വളരും.”

“കണ്ടൽ വനങ്ങൾ എല്ലായിടത്തും കാണുമോ അങ്കിൾ?”

“ചതുപ്പുകൾ, അഴിമുഖങ്ങൾ, കായലുകൾ, നദീതീരങ്ങൾ എന്നിവിടങ്ങളിലാണ് കണ്ടൽ കാടുകൾ വളരുന്നത്. 2000 മാണ്ടിലെ കണക്കനുസരിച്ച് ലോകത്ത് 1,37,760 ചതുരശ്രകിലോമീറ്റർ വിസ്തൃതിയിൽ കണ്ടൽ കാടുകൾ ഉണ്ട്. കേരളത്തിൽ 700 ചതുരശ്ര കിലോമീറ്റർ സ്ഥലത്ത് വ്യാപിച്ചിരുന്ന കണ്ടൽ കാടുകൾ ഇന്ന് വെറും 17 ചതുരശ്ര കിലോ മീറ്റർ ആയി ചുരുങ്ങിയിരിക്കുന്നു. ഇതിൽ 2 ചതുരശ്ര കിലോമീറ്റർ മാത്രമാണ് സർക്കാർ ഉടമസ്ഥതയിലുള്ളത്. കേരളത്തിൽ കണ്ടൽക്കാടുകളുടെ വിസ്തൃതിയിൽ മുന്നിൽ നില്ക്കുന്ന ജില്ലകൾ എറണാകുളം, കണ്ണൂർ, കോഴിക്കോട് എന്നിവയാണ്.” അങ്കിൾ പറഞ്ഞു നിർത്തി. വള്ളം അപ്പോൾ ഒരു ചെറു തുരുത്തിലേക്ക് അടുക്കുകയായിരുന്നു. ഇറങ്ങാൻ പാകത്തിൽ വള്ളം അടുപ്പിച്ചുകൊണ്ട് രവിയങ്കിൾ പറഞ്ഞു.

“ഇറങ്ങിക്കോളൂ അല്പനേരം ഇവിടെ വിശ്രമിച്ചിട്ട് യാത്ര തുടരാം.”

കരയിലിറങ്ങിയപ്പോൾ തന്നെ അഭി അവിടെക്കണ്ട കണ്ടൽ വൃക്ഷത്തിന്റെ ചില്ലയിലേക്ക് തൂങ്ങി. അതു കണ്ടപ്പോൾ അനഘയ്ക്ക് കൊതിയായി. മറ്റൊരു ചില്ലയിൽ അവളും തൂങ്ങിയാടാൻ തുടങ്ങി. അവരെ സ്വതന്ത്രമായി വിട്ടുകൊണ്ട് രാജീവും രവിയും അവരുടേതായ വിഷയങ്ങൾ സംസാരിച്ചുകൊണ്ട് ഒരിടത്തിരുന്നു.

“നോക്കു ചേച്ചീ, ഈ വേരിനിടയിലെ മാളത്തിൽ ഒരു ഞണ്ട്” അഭി പറഞ്ഞു രണ്ടുപേരും അവിടമാകെ സൂക്ഷ്മമായി നിരീക്ഷിക്കുന്നതിൽ വ്യാപൃതരായി. കണ്ടൽ ചെടിയുടെ വേരുകളിലൂടെ എന്തോ ഒരു വസ്തു മെല്ലെ, തീരെ മെല്ലെ, മുകളിലേക്ക് അരിച്ചു കയറുന്നത് അനഘ കണ്ടു. അവളതിനെ സൂക്ഷിച്ചു നോക്കി. ഒരു മാംസഭാഗം മുന്നോട്ടു നീട്ടി പിന്നാലെ പുറന്തോടുള്ള ഭാഗം നീക്കി സഞ്ചരിക്കുന്ന ഒരു വിരുതൻ.

“അഭീ നോക്ക് ഒരു ജീവി.” അവൾ പറഞ്ഞു.

“എവിടെ എവിടെ?” വെള്ളത്തിലെ ചെറുമീനുകളെ നോക്കി

നില്ക്കുകയായിരുന്ന അഭി ഓടിയെത്തി. അവൻ കണ്ടു വെള്ളത്തിനടിയിലേക്ക് പോകാതിരിക്കാൻ ആ ജീവി വേരിലൂടെ മുകളിലേക്ക് കയറുകയാണ്.

"ഇതെന്തു ജീവിയാണോ എന്തോ. അത് വളരെ സാവധാനമാണല്ലോ നീങ്ങുന്നത്" അവൻ പറഞ്ഞു അപ്പോഴേക്കും രവിയങ്കിൾ അവർക്കടുത്തെത്തി.

"ഇത് സ്നെയിൽ എന്ന വിഭാഗത്തിൽ പെടുന്ന ജീവിയാണ് മോനേ. വേലിയേറ്റമുണ്ടാകുമ്പോൾ വെള്ളത്തിനടിയിൽ ആയിപ്പോകാതിരിക്കാൻ അവ മെല്ലെ നീങ്ങുകയാണ്. വേലിയേറ്റവും വേലിയിറക്കവുമുണ്ടാകുന്ന സമയത്തെക്കുറിച്ച് അവയ്ക്ക് അറിയാം. അതിനനുസരിച്ചാണ് ഇവയുടെ സഞ്ചാരം." കുട്ടികൾ വീണ്ടും നിരീക്ഷണത്തിൽ വ്യാപൃതരായപ്പോൾ രവിയങ്കിൾ രാജീവ് മാമന്റെ അടുത്തേക്ക് നീങ്ങി. ചില്ലകൾക്കിടയിൽ ഒളിച്ചിരിക്കുന്ന പക്ഷികളുടെ ചിലയ്ക്കൽകേട്ട് കുട്ടികൾ ജാഗ്രതയോടെ നോക്കി. ചില പക്ഷികൾ. മരത്തിനു മുകളിൽ ഒരു പക്ഷിക്കൂടും കുട്ടികൾ കണ്ടെത്തി.

കുറെ നേരത്തിനുശേഷം രവിയങ്കിൾ അവരെ വിളിച്ചു

"നമുക്ക് ഭക്ഷണം കഴിക്കാം വരു." രവിയങ്കിളിന്റെ അമ്മ തയ്യാറാക്കി നല്കിയ ഭക്ഷണം കഴിക്കുമ്പോൾ അഭി അറിയാതെ പറഞ്ഞു "നല്ല രുചി"

എല്ലാവരും ചിരിച്ചു. "ഈ മീനും ഞണ്ടും കൊഞ്ചുമെല്ലാം കണ്ടൽ കാടുകളുടെ സംഭാവനയാണ്. ആ അർത്ഥത്തിൽ നിങ്ങൾ ശരിക്കും കണ്ടൽ വനങ്ങളുടെ അതിഥികളാണ്." രവിയങ്കിൾ പറഞ്ഞു. കുട്ടികൾ അതു ശരിവച്ചു

"അങ്കിൾ, നമുക്കു മീനിനെ പിടിക്കണേ " അഭി ഓർമ്മിപ്പിച്ചു.

"ഓർമ്മയുണ്ട് മോനേ. മടക്കയാത്രയ്ക്കുമുമ്പ് നമ്മളതു ചെയ്തിരിക്കും." അങ്കിൾ ഉറപ്പുകൊടുത്തു.

"ആഹാരത്തിന്റെ ബാക്കി കളയേണ്ട കേട്ടോ. നമുക്കത് ഉപയോഗം വരും. നിങ്ങൾ കൈ കഴുകിക്കോളു." ബാക്കി വന്ന ഭക്ഷണം സുരക്ഷിതമായി പൊതിഞ്ഞെടുത്തുകൊണ്ട് അങ്കിൾ പറഞ്ഞു. ആഹാരം കഴിച്ച് അല്പനേരത്തെ വിശ്രമത്തിനുശേഷം അവർ വള്ളത്തിൽ കയറി യാത്ര തുടർന്നു. ഇക്കുറി അവർ

കണ്ടൽ വൃക്ഷങ്ങളുടെ തണൽ വിട്ട് തുറസ്സായ ജലാശയത്തിലേക്കിറങ്ങിയായിരുന്നു യാത്ര. ഉച്ച സൂര്യന്റെ വെയിൽ കുട്ടികളെ ബുദ്ധിമുട്ടിക്കുന്നുവെന്നു തോന്നിയപ്പോൾ രാജീവ് പറഞ്ഞു.

"തൊപ്പി വച്ചോളു രണ്ടാളും"

ഇര കോർത്ത ഒരു ചൂണ്ട അഭിയുടെ കൈയിൽ കൊടുത്തിട്ട് രവിയങ്കിൾ പറഞ്ഞു:

"അഭി മീൻ പിടിച്ചോളു." തുടർന്ന് അദ്ദേഹം ചൂണ്ടയുപയോഗിച്ച് മത്സ്യം പിടിക്കുന്നരീതി അവനു പറഞ്ഞു കൊടുത്തു. ചൂണ്ട വെള്ളത്തിലിട്ട് അധികം കാത്തിരിക്കുന്നതിനുമുമ്പ് തന്നെ ചൂണ്ടയിൽ ഒരു മീൻ കൊത്തി. ആവേശത്തോടെ അഭി വലിച്ചെടുത്തു. ഒരു വലിയ മത്സ്യം. അഭി സന്തോഷം കൊണ്ടു മതിമറന്നു. താനും ഒരു മീൻ പിടിത്തക്കാരനായിരിക്കുന്നു. വള്ളത്തിൽ വീണു പിടയുന്ന മീനിനെ അങ്കിൾ ശ്രദ്ധാപൂർവ്വം ചൂണ്ടയിൽ നിന്നെടുത്തു മാറ്റി പാത്രത്തിലേക്കിട്ടു. അഭി അതിനെ ഒന്നു തൊട്ടു. വഴുക്കലോടെ അതു തെന്നിമാറിയപ്പോൾ അവൻ ഞെട്ടലോടെ കൈ പിൻവലിച്ചു.

"അങ്കിൾ ഇനി ഞാൻ" അനഘയ്ക്കും മീൻ പിടിക്കാൻ കൊതിയായി. അങ്കിൾ ചൂണ്ടയിൽ ഇരകോർത്ത് അവളെ ഏല്പിച്ചു. അനഘ ചൂണ്ട ജലത്തിലിട്ടു. അഭിക്ക് കിട്ടിയതിനോളം വലിപ്പമില്ലാത്ത മീനാണ് അനഘയ്ക്ക് കിട്ടിയത്. ഒന്നു കളിയാക്കാൻ തോന്നിയെങ്കിലും അഭി സ്വയം നിയന്ത്രിച്ചു. വേണ്ട ചേച്ചിയുടെ സന്തോഷം കെടുത്തേണ്ട. രാജീവ് മാമനും അത് ഇഷ്ടമാകില്ല. എങ്കിലും തനിക്കു കിട്ടിയ മത്സ്യം ചേച്ചിക്കു കിട്ടിയതിനേക്കാൾ വലിയതായതിൽ ഒരു ഗൂഢമായ സന്തോഷം അവൻ അനുഭവിച്ചു. വള്ളം കുറെക്കൂടി മുന്നോട്ടു നീങ്ങിയപ്പോൾ അങ്കിൾ നേരത്തേ സൂക്ഷിച്ചു വച്ചിരുന്ന ഭക്ഷണത്തിന്റെ ബാക്കിയെടുത്ത് ജലത്തിലേക്ക് വിതറി അതിനു ശേഷം വള്ളത്തിലിരുന്ന വലയെടുത്ത് വെള്ളത്തിലേക്ക് വീശി.

"എന്തിനാ അങ്കിൾ ആഹാരമെടുത്ത് വെള്ളത്തിൽ വിതറിയത്?" അനഘ ചോദിച്ചു

"എന്തിനായിരിക്കും?" രാജീവ് മാമൻ തിരിച്ച് ചോദിച്ചു

"ഞാൻ പറയാം ആഹാരം കണ്ട് കൊതിച്ച് മീനുകൾ അവി

ടേക്ക് വരുമ്പോൾ അവയെ വലയിലാക്കാൻ. അല്ലേ അങ്കിൾ? " അഭി ചോദിച്ചു

"മിടുക്കൻ അതുതന്നെയാണ് കാരണം." അങ്കിൾ അഭി നന്ദിച്ചു. തനിക്കത് കണ്ടെത്താനാകാഞ്ഞതിൽ അനഘയ്ക്ക് ജാള്യത തോന്നി. ഇനി ആലോചിച്ചേ സംശയം ചോദിക്കു എന്ന വൾ ഉറച്ചു.

അങ്കിൾ വല വള്ളത്തിലേക്ക് വലിച്ചെടുത്തപ്പോൾ കുട്ടികൾ അമ്പരന്നുപോയി അതിൽ ധാരാളം മത്സ്യങ്ങൾ. അവയെ പാത്ര ത്തിലേക്ക് മാറ്റിക്കൊണ്ടിരുന്നപ്പോൾ അഭി ചോദിച്ചു "നമുക്ക് ഇനീം വല വീശ്യാലോ?"

"വേണ്ട മോനേ നമുക്ക് ആവശ്യത്തിനു മീൻ കിട്ടി. വെള്ള ത്തിൽ മീനുണ്ടെന്നു കരുതി നാം ആവശ്യത്തിലേറെ പിടിച്ചെ ടുക്കണോ. മാത്രവുമല്ല, പ്രകൃതിയെ അമിതമായി ചൂഷണം ചെയ്താൽ ഭാവിയിൽ നമുക്ക് ഉപയോഗിക്കാനുള്ള വിഭവങ്ങൾ തീർന്നു പോകുകയും ചെയ്യും.."

അങ്കിൾ പറഞ്ഞത് പൂർണ്ണമായി മനസ്സിലായില്ലെങ്കിലും ഒന്ന വനു പിടികിട്ടി. പ്രകൃതിയിൽനിന്നും എന്തും ആവശ്യത്തിനു മാത്രമേ എടുക്കാവു. അങ്കിൾ വിശദീകരിച്ചു.

''ഏതു ജന്തുവും ഭൂമിയിൽ നിലനില്ക്കുന്നത് മറ്റു ജീവികളെയും ചുറ്റുമുള്ള അജീവീയഘടകങ്ങളെയും ആശ്ര യിച്ചാണ്. അതിനാൽത്തന്നെ ഇവയിൽ ഏതെങ്കിലും ഒന്നിനു ണ്ടാകുന്ന നാശം ഏതെങ്കിലുമൊക്കെ ജീവിവിഭാഗത്തിന്റെ നാശ ത്തിനു കാരണമാകും. ഉദാഹരണമായി പണ്ടുകാലത്ത് മൗറീഷ്യസ് ദ്വീപിൽ ധാരാളമുണ്ടായിരുന്ന ഡോഡോ പക്ഷി യെ മനുഷ്യർ ധാരാളമായി കൊന്നുതിന്നതിനാൽ അവയുടെ വംശനാശം സംഭവിച്ചു. അവിടെയുണ്ടായിരുന്ന കാൽവേരിയ വൃക്ഷങ്ങളുടെ വിത്തുകൾ മുളച്ചിരുന്നത് ഡോഡോ പക്ഷി അതിന്റെ ഫലങ്ങൾ ആഹരിച്ച് അതിന്റെ ദഹനേന്ദ്രിയത്തിലൂടെ കടന്നു തോടിനു കട്ടി കുറഞ്ഞ് പുറത്തുവന്ന ശേഷമായിരുന്നു. എന്നാൽ ഡോഡോ പക്ഷിയുടെ വംശനാശം ആ വൃക്ഷ ങ്ങളെയും വംശനാശത്തിലേക്ക് നയിച്ചിരിക്കുകയാണ്. ഇതു പോലെ പ്രകൃതിയിലെ ഓരോ അംശത്തിനും അതിന്റേതായ പ്രാധാന്യമുണ്ട്. അതിനാൽ അമിത ചൂഷണം നാം

ഒഴിവാക്കുകതന്നെ വേണം. നോക്കു, ഇവിടത്തെ മത്സ്യങ്ങളെ ധാരാളമായി പിടിച്ചു തീർത്താൽ കുഞ്ഞു മത്സ്യങ്ങളുണ്ടാകുന്നതെങ്ങനെ? അങ്ങനെയായാൽ ക്രമേണ മത്സ്യങ്ങൾ തീർന്നുപോകില്ലേ?" അഭിക്ക് അപ്പോഴാണ് കാര്യം മനസ്സിലായത്.

"നമ്മൾ മനുഷ്യരെപ്പോലെ അത്യാഗ്രഹികളല്ല മറ്റു ജീവികൾ. അവ അവയ്ക്ക് ആവശ്യമുള്ളതു മാത്രമേ എടുക്കു. നമ്മൾ മനുഷ്യർ ശരിക്കും മറ്റു ജീവികളെ കണ്ടു പഠിക്കണം. കടുവയെപ്പോലുള്ള ജീവികൾ ആഹാരത്തിനുവേണ്ടി മാത്രമേ ജീവികളെ കൊല്ലുകയുള്ളു. മനുഷ്യരാകട്ടെ, ആർത്തി പിടിച്ച് പ്രകൃതിയിലുള്ളതെന്തും സ്വന്തമാക്കാനുള്ള തത്രപ്പാടിലാണ്" രാജീവ് മാമൻ പറഞ്ഞു. വള്ളം തിരികെ വീടിനെ ലക്ഷ്യമാക്കി നീങ്ങിക്കൊണ്ടിരുന്നു. കണ്ടൽ ചെടികളുടെ ഹരിതത്തഴപ്പുകളെ പിന്നിലാക്കി അതു മുന്നേറവേ അഭി ആഹാരം പൊതിഞ്ഞു വച്ചിരുന്ന കവർ എടുത്തു വെള്ളത്തിലേക്ക് എറിയാൻ ഒരുങ്ങി . അപ്പോൾ അങ്കിൾ തടഞ്ഞു

"വേണ്ട മോനേ, നമ്മളായിട്ട് വെള്ളം മലിനമാക്കേണ്ട" പരിസ്ഥിതി സ്നേഹിയായ രാജീവ് മാമനു പറ്റിയ കൂട്ടുകാരൻ തന്നെ. കുട്ടികൾ വിചാരിച്ചു. "ഇത്തരം മലിനമാക്കലുകളാണ് കണ്ടൽക്കാടുകളുടെ നാശത്തിനുള്ള ഒരു കാരണം."

"ഇത്രേം ഉപയോഗമുള്ള കണ്ടൽക്കാടുകൾ നശിപ്പിക്ക്യേ. അതു കൊള്ളാം" അനഘ അതിശയത്തോടെ പറഞ്ഞു.

"തല്ക്കാലത്തെ സൗകര്യവും ലാഭവും മാത്രം നോക്കുന്ന മനുഷ്യർ കണ്ടൽക്കാടുകളെ പല വിധത്തിൽ നശിപ്പിച്ചുകൊണ്ടിരിക്കുകയാണ് കീടനാശിനികൾ, നഗരവ്യവസായ മാലിന്യങ്ങൾ, വിറകിനായുള്ള അമിതചൂഷണം, ഡാം നിർമ്മാണം, കെട്ടിടങ്ങൾക്കായി തണ്ണീർത്തടങ്ങൾ നികത്തപ്പെടുന്നത് എന്നിവ കണ്ടൽ കാടുകളുടെ നാശത്തിനു കാരണമായിത്തീരുന്നു."

"കണ്ടൽക്കാടുകളെ സംരക്ഷിക്കാൻ ആരും തയ്യാറില്ലേ അങ്കിൾ?" അനഘ അതു ചോദിച്ചത് അല്പം വിഷമത്തോടെയാണ്.

"പരിസ്ഥിതി പ്രവർത്തകർ ഇവയുടെ പ്രാധാന്യത്തെക്കുറിച്ച് ബോധവല്ക്കരണം നടത്താനും അവ നട്ടു പിടിപ്പിക്കാനു

മൊക്കെ ശ്രമങ്ങൾ നടത്തുന്നുണ്ട്. പിന്നെ കല്ലേൻ പൊക്കുടനെ പോലുള്ള ചിലർ കണ്ടൽ നട്ടു പിടിപ്പിക്കാൻ സ്വന്തമായ ശ്രമങ്ങൾ നടത്തുന്നുണ്ട്."

"കല്ലേൻ പൊക്കുടനോ? " അഭി മുമ്പൊരിക്കലും ആ പേര് കേട്ടിട്ടില്ല.

"കേരളത്തിൽ കണ്ടൽചെടികളുടെ സംരക്ഷണത്തിന് ഏറ്റവുമധികം മുൻകൈയെടുത്ത ആളാണ് കല്ലേൻ പൊക്കുടൻ ഒരു ലക്ഷത്തിലേറെ കണ്ടൽമരങ്ങൾ നട്ടു പിടിപ്പിച്ചുകൊണ്ട് കേരളീയർക്കു മാതൃകയായിത്തീർന്ന അദ്ദേഹം ഒരു നല്ല എഴുത്തുകാരൻ കൂടിയാണ്. *കണ്ടൽക്കാടുകൾക്കിടയിൽ എന്റെ ജീവിതം, കണ്ടൽ ഇനങ്ങൾ* തുടങ്ങിയ പുസ്തകങ്ങൾ അദ്ദേഹം രചിച്ചവയാണ്. അധികം വിദ്യാഭ്യാസമൊന്നും സിദ്ധിച്ചിട്ടില്ലാത്ത ഒരു സാധാരണക്കാരനായ അദ്ദേഹം കണ്ടൽക്കാടുകളെ വളർത്തിയും അവയുടെ സംരക്ഷണത്തെക്കുറിച്ച് ബോധവല്ക്കരണ ക്ലാസുകളെടുത്തും കണ്ടൽ നശിപ്പിക്കുന്നത് തടഞ്ഞും ലോകശ്രദ്ധ പിടിച്ചുപറ്റി. നിരവധി പുരസ്കാരങ്ങൾ അദ്ദേഹത്തിന് ലഭിച്ചിട്ടുണ്ട്. കേരള വനം വകുപ്പിന്റെ പ്രഥമ വനമിത്ര അവാർഡ്, ഭൂമിമിത്ര പുരസ്കാരം, സംസ്ഥാന ജൈവവൈവിദ്ധ്യ ബോർഡിന്റെ ഹരിതവ്യക്തി പുരസ്കാരം, മികച്ച പരിസ്ഥിതി പ്രവർത്തകനുള്ള പ്രകൃതി പുരസ്കാരം തുടങ്ങി കുറെയേറെ പുരസ്കാരങ്ങൾ. കൂടാതെ കണ്ണൂർ സർവ്വകലാശാല അദ്ദേഹത്തെ ആചാര്യപുരസ്കാരം നല്കി ആദരിച്ചിട്ടുണ്ട്."

"എനിക്ക് ഒന്നു കാണണമെന്നുണ്ട് അദ്ദേഹത്തെ" അഭി വികാര വായ്പോടെ പറഞ്ഞു.

"എനിക്കും" അനഘ കൂടെക്കൂടി.

"ഇനിയതിനു കഴിയില്ല മക്കളേ. 2015 സെപ്തംബർ 27 ന് അദ്ദേഹം അന്തരിച്ചു. കണ്ടലുകളെക്കുറിച്ച് പഠിക്കാൻ ഒരു സ്കൂൾ ഉണ്ടാക്കുന്നതിനായി തന്റെ പേരിലുള്ള ഭൂമിയിൽനിന്ന് രണ്ടര സെന്റ് നീക്കി വച്ച പൊക്കുടൻ തന്റെ സ്വപ്നം സാദ്ധ്യമാകുന്നതിനു മുമ്പാണ് മരണമടഞ്ഞത്.." രാജീവ് മാമൻ പറഞ്ഞു

"ഞാനും വലുതാവുമ്പോൾ ഇതുപോലൊരു സ്ഥലത്ത് താമസമാക്കി പൊക്കുടനെപ്പോലെ കണ്ടൽ നട്ടു പിടിപ്പിക്കും "അഭി ആവേശത്തോടെ പറഞ്ഞു. ആ പറച്ചിലിന്റെ ആത്മാർത്ഥത മന

സ്സിലാക്കി. അങ്കിൾ അവനെ അഭിനന്ദിച്ചു.

"ഇത്തരം ചിന്തകൾ തന്നെയാണ് മോനേ നമുക്കാവശ്യം. ഈ ഭൂമിയിലെ നന്മകളെ കാത്തു പോറ്റേണ്ടത് നാം ഓരോരുത്തരുടെയും കടമയാണ്. അതിനായി വലുതാകുന്നതുവരെ കാക്കേണ്ട ദാ ഇപ്പോൾ., ഇപ്പോൾ മുതല്ക്കു തന്നെ നിങ്ങൾ കണ്ടൽ ചെടികളുടെ സംരക്ഷകരാകുന്നു. അങ്കിളിന്റെ വീടിനടുത്ത് കണ്ടൽ നട്ടുകൊണ്ട്. നിങ്ങൾ നടുന്ന കണ്ടലിനെ ഞാൻ സംരക്ഷിച്ചു കൊള്ളാം".. വള്ളം കടവിനോടടുപ്പിച്ച് കരയ്ക്കിറങ്ങിയിട്ട് അയാൾ കുട്ടികളെ കരയിലേക്ക് പിടിച്ചു കയറ്റി. നടാൻ തയ്യാറാക്കി വച്ചിരുന്ന രണ്ടു കണ്ടൽ തൈകൾ എടുത്ത് സൗകര്യപ്രദമായ രണ്ടിടത്തായി കുട്ടികളെക്കൊണ്ട് അയാൾ നടുവിച്ചു. ഇരുവരുടെയും മനസ്സിൽ വല്ലാത്ത ഒരു സന്തോഷം നിറഞ്ഞു. വൈകിട്ട് പോകാൻ നേരം രാജീവ് മാമൻ രവിയങ്കിളിനോട് പറഞ്ഞു.

"രവി, എന്റെ കുട്ടികൾക്ക് നല്ലൊരു അനുഭവം നല്കിയതിന് നന്ദി. നിന്നിൽനിന്ന് പഠിച്ചതൊന്നും അവർ മറക്കില്ല തീർച്ചയാണ്. അല്ലേ മക്കളേ?"

"തീർച്ചയായും അങ്കിൾ." ഇരുവരും ഏകസ്വരത്തിൽ പറഞ്ഞു.

"ഞങ്ങൾ ഈ യാത്രയും മറക്കില്ല, അങ്കിളിനെയും മറക്കില്ല" അഭി തറപ്പിച്ചു പറഞ്ഞു.

രവിയങ്കിളിനോടും അമ്മയോടും യാത്ര പറഞ്ഞ് അവർ കാറിൽ കയറി. കാർ കണ്ണിൽനിന്നു മറയുവോളം രവിയങ്കിളും അമ്മയും മുറ്റത്തു തന്നെ നിന്നു.

"നല്ല കുട്ടികൾ അല്ലേ?" അമ്മ ചോദിച്ചു.

"അതേ അവർ ലോകത്തിന് ഉപകാരം ചെയ്യുന്നവരായി വളരും. അവർ നട്ട കണ്ടൽ വൃക്ഷങ്ങളെപ്പോലെ" അവർ പോയ വഴിയിൽ കണ്ണു നട്ടു നിന്ന് അയാൾ മന്ത്രിച്ചു. ഹൃദയപൂർവ്വം തന്നെ.

അഞ്ച്

രവിയങ്കിളിന്റെ വീട്ടിൽനിന്ന് തിരിച്ചെത്തിയപ്പോൾ സന്ധ്യ കഴിഞ്ഞിരുന്നു. വല്ലാതെ ക്ഷീണിച്ചിരുന്നതിനാൽ ചെന്നപാടെ കുട്ടികൾ അത്താഴം കഴിച്ച് ഉറങ്ങാൻ കിടന്നു. രാവിലെ മുറ്റത്തേക്ക് ചെന്നപ്പോൾ അവർ അത്ഭുതപ്പെട്ടു. മുറ്റത്തെ കൂറ്റൻ മാവിൻ കൊമ്പത്ത് ഞാന്നു കിടക്കുന്ന ഒരു ഊഞ്ഞാൽ. തിണ്ണയിൽ പരിചയമില്ലാത്ത ഒരു ചെക്കനും. അവരെക്കണ്ടപ്പോൾ അവൻ മെല്ലെ എഴുന്നേറ്റു. കുട്ടികൾ മുഖത്തോടു മുഖം നോക്കി. ആരാ എന്ന് അനഘ മുഖം കൊണ്ടു ചോദിച്ചു . അറിയില്ല എന്ന അർത്ഥത്തിൽ അഭി തോൾ വെട്ടിച്ചു. അപ്പോഴാണ് ദാസേട്ടൻ അങ്ങോട്ടു വന്നത്

"ഇവനെ മനസ്സിലായില്ല അല്ലേ മക്കളേ. ഇത് എന്റെ മോനാ. സജി. ഒൻപതാം ക്ലാസിൽ പഠിക്കുന്നു. നിങ്ങളെ കാണാനാണ് ഇങ്ങോട്ടു വന്നത്."

അപരിചിതത്വത്തിന്റെ ഒരു സങ്കോചം സജിയുടെ മുഖത്ത്. കുട്ടികൾ അവനെ നോക്കി ചിരിച്ചു. അവനും.

"കുട്ടികളെയും കൂട്ടി എന്തെങ്കിലും കളിക്കെടാ" സജിയോട് നിർദ്ദേശിച്ചിട്ട് ദാസേട്ടൻ തൊഴുത്തിലേക്ക് നടന്നു.

"ഊഞ്ഞാലാടണോ?" സജി ചോദിച്ചു.

"ഉം" അഭി ഊഞ്ഞാൽ ചുവട്ടിലേക്ക് ഓടിച്ചെന്നു. അനഘ പിന്നാലെ ചെന്നു.

കുറെ നേരം ഊഞ്ഞാലാടിക്കഴിഞ്ഞപ്പോൾ അമ്മ പറഞ്ഞു. "ഇനി പിന്നീടാവാം. എല്ലാവരും ആഹാരം കഴിക്കാൻ വരൂ."

ആഹാരം കഴിച്ചുകൊണ്ടിരുന്നപ്പോൾ ദാസേട്ടൻ പറഞ്ഞു. "നാളെ മുതൽ സജി നിങ്ങൾക്കു കൂട്ടുണ്ടാകും കളിക്കാൻ. കേട്ടോ മക്കളേ. ഇന്നിവന് റേഷൻ കടയിൽ പോകണം."

ആഹാരം കഴിച്ചു കഴിഞ്ഞ് സജി പോയി. കുട്ടികൾ വെറുതെ പുരയിടത്തിലേക്കിറങ്ങി. വെയിൽ നാളങ്ങൾ നൃത്തം വയ്ക്കുന്ന പുരയിടത്തിലൂടെ അവർ ദാസേട്ടൻ ചക്കയടർത്തുന്നയിടത്തേക്ക് നടന്നു. വടക്കേപ്ലാവിന്റെ കൊമ്പിൽനിന്ന് ഒരു തടിയൻ വരിക്കച്ചക്ക ദാസേട്ടൻ അടർത്തിയിട്ടപ്പോൾ മൂന്നുനാലു ചക്കകൾ കൂടി അടർന്നു വീണു. അമ്മൂമ്മയുടെ പരിതാപവും ദാസേട്ടന്റെ ഖേദപ്രകടനവുമെല്ലാം നോക്കി കുട്ടികൾ അങ്ങനെ നില്ക്കുകയാണ്. അപ്പോഴാണ് ചുരുട്ടിയെടുത്ത കുറേ നാരുമായി ഒരു അണ്ണാറക്കണ്ണൻ ഓടിപ്പോകുന്നത് കണ്ടത്.

"നോക്ക് അഭി, അണ്ണാൻ കൂടുണ്ടാക്കാൻ പോകുകയാണ് എന്നു തോന്നുന്നു. നമുക്കു പോയി നോക്കിയാലോ?" അനഘ ചോദിച്ചു

രണ്ടുപേരും കൂടി ശബ്ദമുണ്ടാക്കാതെ അണ്ണാറക്കണ്ണനെ പിന്തുടർന്നു. അല്പദൂരം നടന്നപ്പോൾ അവർ പിന്തുടരുന്നതു മനസ്സിലാക്കിയിട്ടോ എന്തോ, പരിഭ്രാന്തനായ അണ്ണാൻ കുതിച്ചോടി. കുട്ടികൾ പിന്നാലെയും. കുറെ ദൂരമെത്തിയപ്പോൾ അണ്ണാൻ മറഞ്ഞുകളഞ്ഞു. അണ്ണാറക്കണ്ണനെ കാണാതെ കുട്ടികൾ അതിനെ അന്വേഷിച്ച് ഏറെദൂരം നടന്നു. നടന്നു നടന്ന് അവർ വിജനമായ ഒരു സ്ഥലത്തെത്തി. അതിനടുത്ത് തെളിനീർ ഒഴുകുന്ന ഒരരുവി. ഏറെ ആഴമില്ല. അരുവിക്കരയിലെ ഒരു പാറയിൽ ചെന്നിരുന്ന് അഭി പറഞ്ഞു.

"വല്ലാതെ തളർന്നു ചേച്ചി. ഞാനിത്തിരി ഇവിടെയിരിക്കട്ടെ."

"ഞാനും" മറ്റൊരു പാറയിൽ ഇരുന്നുകൊണ്ട് അനഘ പറഞ്ഞു.

"ആ അണ്ണാർക്കണ്ണനെങ്ങോട്ടാ പോയത്?"അഭി ചോദിച്ചു.

"എന്തോ ഞാനും കണ്ടില്ല."

"നമ്മൾ കുറെ ദൂരം പിന്നിട്ടു കഴിഞ്ഞു."

"ങും"

"ഇതാണോ ചേച്ചീ രാജീവ് മാമൻ പറഞ്ഞ അരുവി?"

"ആയിരിക്കും. ദേ അരുവിക്കപ്പുറം കാടാണല്ലോ."

"അരുവിക്കപ്പുറത്തെ കാട്ടിൽ കാട്ടുപന്നിയും പുലിയും കുറുക്കനുമൊക്കെ ഉണ്ടെന്ന് ദാസേട്ടൻ പറഞ്ഞിരുന്നു. അത് ഈ കാടിനെക്കുറിച്ചു തന്നെയാണോ എന്നറിയില്ല."

"ആണെങ്കിൽ ചിലപ്പോൾ വല്ല മൃഗങ്ങളും ഈ അരുവിയിൽ വെള്ളം കുടിക്കാൻ വന്നാലായി. നമുക്കു കുറച്ചു നേരം ഇവിടെയിരിക്കാം. മൃഗങ്ങളേതെങ്കിലും വന്നാൽ കാണാമല്ലോ" ഇരുവരും കാട്ടിലേക്ക് ഉറ്റു നോക്കി ഇരിപ്പായി.ആ സമയത്ത് ഇലപ്പടർപ്പുകൾക്കിടയിൽനിന്ന് രണ്ടു കണ്ണുകൾ അവരെ നിരീക്ഷിക്കുന്നുണ്ടായിരുന്നു. കണ്ണാടി പോലെ തെളിഞ്ഞ അരുവിയിലെ ജലത്തിൽ കാട്ടിലെ പൂമരത്തിന്റെ മഞ്ഞപ്പൂക്കൾ വീണൊഴുകുന്നതും ജലത്തിനടിയിൽ മത്സ്യങ്ങൾ നീന്തിത്തുടിക്കുന്നതും നോക്കി അവർ കുറെ നേരം നിശ്ശബ്ദരായി ഇരുന്നു.

"എനിക്കു വല്ലാതെ ദാഹിക്കുന്നു. ഞാനീ അരുവിയിൽനിന്ന് അല്പം വെള്ളം കുടിക്കട്ടെ?" പാറയിൽ നിന്നിറങ്ങിക്കൊണ്ട് അഭി പറഞ്ഞു.

"എടാ ഇത് നല്ല വെള്ളമാണോ എന്നറിയില്ല" അനഘയ്ക്ക് ആശങ്ക.

"ചേച്ചീ കാട്ടിലെ മൃഗങ്ങൾ ഈ വെള്ളം കുടിച്ചിട്ട് ചത്തു പോകുന്നൊന്നുമില്ലല്ലോ? നമ്മളും ഈ വെള്ളം കുടിച്ചാൽ ചത്തു പോകുകയൊന്നുമില്ല. പക്ഷേ, വെള്ളം കുടിച്ചില്ലെങ്കിൽ ചിലപ്പോൾ ഞാനിപ്പം ചാകും. അത്രയ്ക്ക് ദാഹം."അരുവിയിലേക്ക് ഇറങ്ങിക്കൊണ്ടവൻ പറഞ്ഞുപളുങ്കു പോലുള്ള ജലകണങ്ങൾ കൈക്കുമ്പിളിൽ കോരിയെടുത്ത് ആർത്തിയോടെ അവൻ കുടിക്കുന്നതു കണ്ടപ്പോൾ അനഘ പറഞ്ഞു:

"എനിക്കും വേണം വെള്ളം "

അവൾ പാറയിൽനിന്ന് ഇറങ്ങി വെള്ളത്തിലേക്കു നടന്നപ്പോൾ അവരെ നിരീക്ഷിച്ചിരുന്ന കണ്ണുകൾ കൂടുതൽ ജാഗരൂകമായി. കുനിഞ്ഞു നിന്ന് അരുവിയിൽനിന്ന് വെള്ളം കോരി കുടിച്ചുകൊണ്ടിരുന്ന അനഘ നിവർന്നപ്പോഴാണ് ഇലപ്പടർപ്പുകൾക്കിടയിലെ ആ കണ്ണുകൾ കണ്ടത്. ഭയത്തോടും അമ്പരപ്പോടും അവൾ അവിടേക്ക് തുറിച്ചു നോക്കി

"നോക്ക് അഭീ അവിടെ.... ആരോ.... എന്തോ... രണ്ട് കണ്ണുകൾ..."

ഭയം കൊണ്ട് അവളുടെ വാക്കുകൾ മുറിഞ്ഞു.

സൂക്ഷിച്ചു നോക്കിയപ്പോഴാണ് കുട്ടികൾ കണ്ടത്. അവിടെ ആരോ നില്ക്കുന്നു. ആദ്യം ഉള്ളൊന്നാളിയെങ്കിലും ധൈര്യം സംഭരിച്ച് അഭി ചോദിച്ചു. "ആരാത്?"

ഇലപ്പടർപ്പിനിടയിൽനിന്ന് അനഘയുടെ പ്രായം തോന്നിക്കുന്ന ഒരു മെലിഞ്ഞകുട്ടി പുറത്തേക്കിറങ്ങി. എണ്ണക്കറുപ്പു നിറം നിക്കറും മുഷിഞ്ഞ ഒരു ഷർട്ടുമാണ് വേഷം. ചീകിയൊതുക്കാത്ത അനുസരണകെട്ട മുടി. അവൻ അവരുടെ നേർക്ക് ആശങ്കയോടെ നോക്കി.

"വാ. ഇങ്ങോട്ടു വാ " അഭി ക്ഷണിച്ചു. ഒന്നും മിണ്ടാതെ അവൻ ഒറ്റയോട്ടം. കാട്ടുചെടികൾക്കിടയിലൂടെ എത്ര അനായാസമാണ് അവൻ ഓടുന്നത്. അവർ അത്ഭുതത്തോടെ നോക്കി നിന്നു.

"ഇതെന്തു വിചിത്ര ജീവിയാ. ഇങ്ങോട്ടു വിളിച്ചപ്പോൾ അങ്ങോട്ടു പോകുന്നു" അനഘ ചെറു ചിരിയോടെ പറഞ്ഞു.

"ഇങ്ങോട്ടു വന്നാൽ കളിക്കാമെന്നു കരുതിയാ ഞാൻ വിളിച്ചത്. പക്ഷേ, കൂടണ്ടേ?" അഭി തെല്ല് ഇച്ഛാഭംഗത്തോടെ പറഞ്ഞു.

"ആരായിരിക്കും അത്?"

"ആ അറിയില്ല. നമുക്കു സജിയേട്ടനോടു ചോദിക്കാം. പോയാലോ നമ്മളെ അന്വേഷിക്കുന്നുണ്ടാവും "അഭി പറഞ്ഞു വീട്ടിലേക്ക് നടക്കവേ അല്പനേരം ചിന്താധീനയായ അനഘ പറഞ്ഞു.

"എന്നാലും അതാരാന്നറിയാനൊരു മോഹം. എന്തിനാ നമ്മൾ വിളിച്ചപ്പോൾ ഓടിയത്? എന്തായാലും നാളെ സജിയേട്ടനെക്കൂടി കൂട്ടിക്കൊണ്ട് ഈ നേരത്തിവിടെ വരണം. അവൻ നാളെയും വരുമോന്നറിയാമല്ലോ." വീട്ടിൽ ആരോടും കുട്ടികൾ ഇക്കാര്യം പറഞ്ഞില്ല. അരുവിക്കരയിൽ പോയതിന് വഴക്കു പറഞ്ഞാലോ.

പിറ്റേന്ന് സജി വന്നപ്പോൾ അഭിയും അനഘയും കാട്ടിൽ ഒരു കുട്ടിയെ കണ്ട കാര്യം പറഞ്ഞു:

"ആ അതു നിങ്ങൾക്കു തോന്നിയതാവും." സജി നിസ്സാര

ഭാവത്തിൽ പറഞ്ഞു.

"അല്ല സജിയേട്ടാ. ഞാൻ തിരിഞ്ഞു നോക്ക്യപ്പോ കണ്ടതാ."അനഘ ഉറപ്പു പറഞ്ഞു.

"എന്നാൽ ഇന്ന് നമുക്ക് ഒന്നുപോയി നോക്ക്യാലോ" സജി ചോദിച്ചു. അരുവിക്കപ്പുറത്തെ കാട്ടിനുള്ളിൽ ആദിവാസികളുണ്ടെന്ന് അവൻ കേട്ടിട്ടുണ്ട്. ഇനി അവിടത്തെ കുട്ടികളാരെങ്കിലുമായിരിക്കുമോ."

"പോകാം " കുട്ടികൾ ഒരുമിച്ചു പറഞ്ഞു.

സജിയുടെ നേതൃത്വത്തിൽ മൂവർ സംഘം അരുവിക്കരയിലേക്ക് പോയി. അരുവിയിലെ തെളിനീരിൽ ഇറങ്ങി കളിച്ചുകൊണ്ട് നിന്നപ്പോൾ സജിയാണ് അതു പറഞ്ഞത്. "നമുക്ക് അണകെട്ടിയാലോ?" അണ കെട്ടുന്ന വിധം അവൻ വിവരിച്ചു അഭിക്കും അനഘയ്ക്കും അത് ഇഷ്ടമായി. പിന്നെ താമസിച്ചില്ല മൂവരും ചേർന്ന് കല്ലും കട്ടകളും മണലും ഒക്കെ ശേഖരിച്ച് അണകെട്ടിത്തുടങ്ങി. ദേഹത്ത് ചെളി പുരളുകയും വസ്ത്രങ്ങൾ നനയുകയും ഒക്കെ ചെയ്തിട്ടും അവരുടെ ഉത്സാഹത്തിന് മങ്ങലേറ്റില്ല. അല്പസമയം കഴിഞ്ഞപ്പോൾ തീരത്തെ കാടിനിടയിൽ ആരോ വന്നു നിന്നത് കുട്ടികൾ ശ്രദ്ധിച്ചു തലേ ദിവസം കണ്ട കുട്ടി. അവൻ അവരെത്തന്നെ നോക്കി നില്ക്കുകയാണ്.

"വാ ഇറങ്ങി വാ" അഭി ക്ഷണിച്ചു. അവൻ തലേ ദിവസത്തെ പോലെ ഓടിക്കളയുമെന്നാണ് അവൻ പ്രതീക്ഷിച്ചത്. പക്ഷേ, അവൻ നിന്നിടത്തു നിന്ന് അനങ്ങിയില്ല. അവൻ വരുന്നില്ലെന്നു കണ്ടപ്പോൾ കുട്ടികൾ അവനെ ശ്രദ്ധിക്കാതെ വീണ്ടും അണകെട്ടുന്ന പണി തുടർന്നു. അവൻ അപ്പോൾ അല്പം കൂടി മുന്നോട്ടു നീങ്ങി നിന്ന് നോക്കി. അണ ഉയർന്നതോടെ ജലനിരപ്പുയർന്നു. കുട്ടികൾ വെള്ളത്തിൽ തുള്ളിക്കളിച്ചു. അഭിക്കും അനഘയ്ക്കും അനല്പമായ സന്തോഷമുണ്ടായി. തോട്ടിൽ കുളിക്കുന്നതിന്റെ സുഖാനുഭവം അമ്മ പറഞ്ഞത് എത്ര ശരിയായിരുന്നുവെന്ന് അനുഭവത്തിലൂടെ അവർക്കു ബോദ്ധ്യപ്പെട്ടു. അവരുടെ ജലകേളികൾ കണ്ടപ്പോൾ കാട്ടിൽനിന്നു വന്ന കുട്ടി കാട്ടിനുള്ളിൽനിന്ന് അരുവിയുടെ തീരത്തേക്കു വന്ന് അവിടെ കുത്തിയിരുന്നു. അവനും അവരോടു ചേരണമെന്നുണ്ടെന്ന് അവന്റെ മുഖം സൂചി

പ്പിച്ചു. അഭി വീണ്ടും ക്ഷണിച്ചു. “വാടാ ഇറങ്ങി വാ.”

ഇക്കുറി വെള്ളത്തിൽ കളിയെന്ന പ്രലോഭനം താങ്ങാനാവാതെ അവൻ ഇറങ്ങിവന്ന് അവരോടൊപ്പം കളിച്ചു തുടങ്ങി.

“നിന്റെ പേരെന്താ” സജി ചോദിച്ചു.

“ചോമൻ” അവൻ പറഞ്ഞു.

“എവിടെയാ താമസിക്കുന്നത്?” അഭി ഉൽക്കണ്ഠയോടെ ചോദിച്ചു. അവൻ കാട്ടിനു നേർക്ക് മുഖം കൊണ്ട് ആംഗ്യം കാട്ടി.

“അയ്യോ കാട്ടിനകത്തോ? അവിടെ കടുവയും പുലിയും ഒക്കെ ഇല്ലേ?” അനഘ ആശങ്കപ്പെട്ടു.

“ങ്ും ഓര് മ്പളെ ഒന്നും ചെയ്യൂല്ല. സൂക്ഷിച്ചാ മതി.” അവൻ പറഞ്ഞു.

കുറെനേരം കളിച്ചപ്പോൾ അവർക്കു വിശന്നു. പാറയിൽ കയറിയിരുന്ന് അവർ അനഘ കൊണ്ടുവന്ന ബിസ്കറ്റ് തിന്നു. ചോമൻ ആദ്യമായാണ് ഇത്ര രുചിയുള്ള ബിസ്കറ്റ് തിന്നുന്നത് അവനത് വളരെ ഇഷ്ടമായി.

“കൊള്ളാമോ? ” അഭി ചോദിച്ചു.

“ഉം” അവൻ തലകുലുക്കി.

ഇനി വേണോ? വേണമെന്നു തോന്നിപ്പിക്കത്തക്ക രീതിയിൽ

അവന്റെ മുഖത്തൊരു ചമ്മൽ പരന്നു. അഭി ഒന്നു രണ്ടെണ്ണം കൂടി അവനു കൊടുത്തു. പോകാനൊരുങ്ങിയപ്പോൾ കുട്ടികൾ അവനോടു ചോദിച്ചു "നാളേം വരുമോ?"

"ഉം" അവൻ തലയാട്ടി.

പിറ്റേന്നും മൂന്നു കുട്ടികളും അരുവിക്കരയിലേക്കു പോയി. ചോമൻ അവരെക്കാത്ത് അവിടെ ഇരിപ്പുണ്ടായിരുന്നു. അവരെ ക്കണ്ടപാടെ അവനെഴുന്നേറ്റു വന്നു. അവന്റെ കൈയിൽ ഒരു ഇലപ്പൊതിയുണ്ടായിരുന്നു. അവനത് അഭിയുടെ നേർക്ക് നീട്ടി. കൂട്ടത്തിൽ അവനെയാണ് ചോമന് ഏറ്റവും ഇഷ്ടമായത് എന്നു വ്യക്തം. അഭി അതു തുറന്നു. കുറെ പേരയ്ക്കയും നെല്ലിക്ക യും. പുതിയ കൂട്ടുകാർക്ക് അവന്റെ സ്നേഹോപഹാരം. കലർപ്പി ല്ലാത്ത സൗഹൃദത്തിന്റെ സമ്മാനം. കുട്ടികൾ സന്തോഷത്തോടെ അത് സ്വീകരിച്ചു പങ്കിട്ടു ഭക്ഷിച്ചു. ഇത്രയും രുചിയുള്ള പേരയ്ക്ക ജീവിതത്തിൽ അവർ ഭക്ഷിച്ചിട്ടില്ല. കാടിന്റെ നന്മയും വിശു ദ്ധിയും ഊട്ടി വളർത്തിയ ആ ഫലങ്ങൾ അവരെ കൊതിപ്പിച്ചു.

"ഇതെല്ലാം എവിടന്നു കിട്ടി നിനക്ക്" സജി ചോദിച്ചു.

"ഏങ്കള കാട്ടില് ഇത് ഒത്തിരി ഒണ്ട്. ഏൻപറിച്ചതാ. ഇനി വേണാ?"

"ഒത്തിരീണ്ടോ" അഭിയിലെ കൊതിയൻ ഉണർന്നു കഴിഞ്ഞി രുന്നു. കാട്ടിലെ പേരമരവും അതിൽ നിറയെ പേരയ്ക്കയും അവൻ ഭാവനയിൽ കണ്ടു. ആദ്യമായി കാടിന്റെ നന്മ അവൻ രുചിച്ചറിയുകയായിരുന്നു.

"നെറച്ചും" ചോമൻ ഉറപ്പിച്ചു പറഞ്ഞു.

"വന്നാൽ ഞങ്ങൾക്ക് തരോ?" അഭി ചോദിച്ചു.

"ഉം." സംശയലേശമില്ലാതെ അവൻ തലയാട്ടി.

"പോയാലോ?"അഭിയുടെ കണ്ണുകൾ തിളങ്ങി.

"വേണ്ട വേണ്ട നിങ്ങളുടെ വീട്ടിൽ വഴക്കു പറയും." സജി തടഞ്ഞു.

"നമ്മൾക്കു പെട്ടെന്ന് തിരിച്ചു വരാം സജിയേട്ടാ ആരുമറി യില്ല" അഭി കെഞ്ചി. അനഘയ്ക്കും പോകണമെന്നു തന്നെ യാണ് ചിന്തയെന്ന് മുഖഭാവം സൂചിപ്പിച്ചു. ഒടുവിൽ മനസ്സില്ലാ മനസ്സോടെ സജി വഴങ്ങി. മൂന്നുപേരും ചോമനോടൊപ്പം കാട്ടി ലേക്ക് തിരിച്ചു.

“നോക്ക്, കാട്ടിക്കേറിയാ ഒച്ച വയ്ക്കരുത് സൂക്ഷിച്ചു നടക്കണം” ചോമൻ മുന്നറിയിപ്പു നല്കി.”

“മൃഗങ്ങൾ വരുമോ?” അഭി ഭീതിയോടെ ചോദിച്ചു.

“ചിലപ്പോ. അതാ പറഞ്ഞത് ഒച്ച വയ്ക്കരുത് എന്ന്. മിണ്ടാതെ എന്റെ പിന്നാലെ വാ” ചോമൻ മുമ്പേ നടന്നു. പിന്നാലെ മറ്റുള്ളവരും. കല്ലും മുള്ളും നിറഞ്ഞ കാട്ടിലൂടെ കാലിൽ ചെരിപ്പു പോലുമില്ലാതെ അനായാസം ചോമൻ നടക്കുന്നത് മറ്റുള്ളവർ അത്ഭുതത്തോടെയാണ് കണ്ടത്. ചെടികൾ വകഞ്ഞു മാറ്റി ശരിയായ വഴി പോലുമില്ലാത്ത സ്ഥലത്തു കൂടി അവൻ വേഗത്തിൽ നടക്കുമ്പോൾ കൂടെ എത്താൻ അവർ ബുദ്ധിമുട്ടി.

“ഒന്നു പതുക്കെ നടക്കെടാ” സജി പറഞ്ഞു.

“ഓ” വിധേയത്വത്തോടെ ചോമൻ പ്രതിവചിച്ചു.വേഗത കുറച്ചു നടന്നപ്പോൾ കുട്ടികൾക്ക് കാടിന്റെ സൗന്ദര്യം കുറെക്കൂടി ആസ്വദിക്കാൻ പറ്റി. വൃക്ഷങ്ങളും വള്ളിച്ചെടികളും ചേർന്നൊരുക്കിയ ഹരിത മേലാപ്പിനു കീഴിലെ ഇലകൾ വീണടിഞ്ഞ തറയിലൂടെ അവർ വളരെ സൂക്ഷിച്ച് മുന്നോട്ടു നീങ്ങി. എ സി മുറിക്കുള്ളിലെന്ന പോലെ കുളിരുറഞ്ഞ കാടിന്റെ അകത്തളത്തിൽ നിറഞ്ഞുനിന്ന വായുവിൽ ഏതോ പൂക്കളുടെ ഗന്ധം. ഇലപ്പടർപ്പുകൾക്കിടയിൽ മറഞ്ഞിരിക്കുന്ന കിളികളുടെ ശബ്ദം അവർക്ക് ഹൃദ്യമായ സ്വാഗതം ഓതുന്നതുപോലെ. കുറെ ദൂരം നടന്നിട്ടും മൃഗങ്ങളെയൊന്നും കാണാഞ്ഞപ്പോൾ അഭി ചോദിച്ചു.

“നീയല്ലേ പറഞ്ഞത് ഇവിടെ ഒത്തിരി മൃഗങ്ങളുണ്ടെന്ന്? എന്നിട്ട് ഒന്നിനേം കണ്ടില്ലല്ലോ?”

ചോമൻ ചിരിച്ചു“ഏൻ ശൊന്നത് പൊയ്യല്ല മിരുഗങ്ങളിരുക്ക്. ഈ ഉച്ചയോടടുത്ത നേരത്ത് കാണൂല്ല എന്നേയുള്ളു. രാവിലെയും വൈകിട്ടുമാണ് അതൊക്കെ കൂടുതലായും പുറത്തിറങ്ങി നടക്കുന്നത്. അത് ആ നേരത്ത് തിന്ന് തളർന്ന് എവിടേങ്കിലും കിടക്കും. ആ വിചാരം കൊണ്ടല്ലേ നിങ്ങളെ ഞാൻ ധൈര്യമായി ഇവിടേക്ക് കൊണ്ടു വന്നത്? മൃഗങ്ങളേതെങ്കിലും വരുന്ന സമയത്ത് വന്നാൽ നിങ്ങളെ ഏൻ രച്ചിക്കണതെങ്ങനെ?” ചോമന്റെ ബുദ്ധിയിൽ അവർക്ക് മതിപ്പു തോന്നി. കാടിന്റെ പുത്രന് തങ്ങളോടുള്ള നിഷ്കളങ്കമായ സ്നേഹം എത്ര ഗാഢ

മാണെന്ന് അവർക്ക് ബോദ്ധ്യപ്പെട്ടു. നടന്നു നടന്ന് അവർ ഉൾക്കാട്ടിലെ ആദിവാസി കോളനിയിലെത്തി. ചോമനോടൊപ്പം മൂന്നു കുട്ടികളെ കണ്ടപ്പോൾ അവിടത്തെ ആളുകൾ അതിശയത്തോടെ നോക്കി. ഇതാരെന്ന ഭാവത്തിൽ. ചിലരുടെ കണ്ണുകളിൽ സംശയം, ആശങ്ക, ഒരു മുഖത്തിലും സൗഹൃദമില്ല

"ഏന്റെ ചങ്ങായിമാർ" എന്ന് ചോമൻ പരിചയപ്പെടുത്തിയപ്പോൾ അവരുടെ രീതികൾ മാറി. എല്ലാ മുഖങ്ങളിലും പ്രസന്നത പടർന്നു. കോളനിയിൽ കണ്ട പൊക്കം കുറഞ്ഞ, പുല്ലു മേഞ്ഞ നിരവധി ചെറിയ കുടിലുകളിൽ ഏറ്റവും വലിപ്പമുള്ള കുടിലിലേക്കാണ് അവരെ ചോമൻ കൂട്ടിക്കൊണ്ട് പോയത്. അത് അവന്റെ കുടിലായിരുന്നു. കുടിലിന്റെ മുറ്റത്ത് വെയിൽ കാഞ്ഞു കിടന്നിരുന്ന പൂച്ച ചോമനെക്കണ്ട് വാലുയർത്തി ഓടിവന്ന് അവന്റെ ദേഹത്ത് സ്വന്തം ശരീരം ഉരുമ്മി സ്നേഹം പ്രകടിപ്പിച്ചു. ചോമൻ കൂട്ടുകാരെ കുടിലിന്നുള്ളിലേക്ക് ആനയിച്ചു. പുല്ലു കൊണ്ട് മെടഞ്ഞുണ്ടാക്കിയ തടുക്കിൽ അവരെ ഇരുത്തി. അപ്പോഴേക്കും ചുറ്റുമുള്ള കുടിലുകളിൽനിന്ന് കുറെപ്പേർ അവരെ കാണാനെത്തി. കുട്ടികളും മുതിർന്നവരും അവരെ കൗതുകപൂർവ്വം നോക്കി നിന്നു. അപ്പോഴാണ് ചോമന്റെ അച്ഛൻ എത്തിയത് ആദിവാസികളുടെ മൂപ്പനാണ് ചോമന്റെ അച്ഛൻ എന്ന് അയാൾ എത്തിയപ്പോൾ അവർ കാണിച്ച ഉപചാരങ്ങളിൽനിന്ന് കുട്ടികൾക്ക് ബോദ്ധ്യപ്പെട്ടു.

"അപ്പാ ഇവർ ഏൻ ചങ്ങായിമാർ" ചോമൻ പരിചയപ്പെടുത്തി. ഗൗരവംമുറ്റി നിന്ന ചോമന്റെ അച്ഛന്റെ മുഖത്ത് വാത്സല്യച്ചിരി പടർന്നു. മേല്ക്കൂരയിൽ കെട്ടിത്തൂക്കിയിരുന്ന മുളങ്കുറ്റി അഴിച്ചെടുത്ത് അതിൽനിന്നും ചിരട്ട രാകിയുണ്ടാക്കിയ ഭംഗിയുള്ള പാത്രത്തിലേക്ക് തേൻ പകർന്ന് അദ്ദേഹം അവർക്കു നല്കി. ശുദ്ധമായ കാട്ടു പൂന്തേൻ. കുട്ടികൾ രുചിയോടെ അതു കുടിച്ചു.

"കൊള്ളാമോ?" ചെറു ചിരിയോടെ മൂപ്പൻ ചോദിച്ചു.

"ഉം" കുട്ടികൾ സമ്മതിച്ചു.

"ഇത് നിങ്കൾക്ക് ഏങ്ക സമ്മാനം" മൂപ്പൻ ആ തേൻ മുളങ്കുറ്റിയോടെ അവർക്ക് സമ്മാനിച്ചു. ഇതിനിടയിൽ ചോമൻ അവിടെനിന്ന ഒന്നു രണ്ടു പേരോട് എന്തോ പറഞ്ഞു. അല്പസമയത്തിനുള്ളിൽ അവർ കുറെ കാഴ്ചവസ്തുക്കളുമായി

എത്തി. ചോമൻ നേരത്തേ നല്കാമെന്നേറ്റ പേരയ്ക്ക, നെല്ലിക്ക, കാട്ടു കുരുമുളക്, കുന്തിരിക്കം തുടങ്ങി കുറെ സാധനങ്ങൾ. അവ കുട്ടികൾക്ക് കൊണ്ടു പോകത്തക്കവിധം പനയോലക്കൂടകളിൽ അവർ നിറച്ചു വച്ചു. ചോമന്റെ അമ്മ കൊടുത്ത കാച്ചിൽപോലുള്ള നൂറാൻ വേവിച്ചതും കാന്താരി മുളക് ഉടച്ചതും കഴിച്ച് അല്പനേരം അവർ മൂപ്പനോട് സംസാരിച്ചിരുന്നു. ഏറെയും കാടിനെക്കുറിച്ച്. കാടുനല്കുന്ന നന്മകളെക്കുറിച്ച്, കാട് വെട്ടിത്തെളിച്ചും കാട്ടു തീ സൃഷ്ടിച്ചും ആളുകൾ കാടിനെ നശിപ്പിക്കുന്നതിനെക്കുറിച്ച്. കുട്ടികൾക്ക് അതൊരു വലിയ അറിവായിരുന്നു. കൃഷിക്കായി കാടിനെ പരുവപ്പെടുത്തിയെടുക്കാനും കാടിനെ ഇല്ലാതാക്കാനും മനുഷ്യൻ ബോധപൂർവ്വം കാടിനു തീയിടുന്നത് നിയന്ത്രണാതീതമായ കാട്ടു തീയായി കാടിനെ വിഴുങ്ങുന്നതും കാട്ടു തീയിൽപ്പെട്ട് അടിക്കാടുകൾ കത്തുമ്പോൾ വന്മരങ്ങളുടെ തൈകൾ നശിച്ചു പോകുന്നതും അങ്ങനെ അമൂല്യമായ വനസമ്പത്ത് ക്ഷയോന്മുഖമാകുന്നതും അവർ ഭാവനയിൽ കണ്ടു. പ്രാണരക്ഷാർത്ഥം പായുന്ന ജീവികളെയും കരിഞ്ഞു നശിക്കുന്ന സസ്യവൈവിദ്ധ്യത്തെയും, വരണ്ടുണങ്ങുന്ന കാട്ടുചോലകളെയും അവർ കണ്ടു. പ്രാണനു വേണ്ടിയുള്ള ജീവികളുടെ രോദനം അവർ കേട്ടു..

“ഏങ്കള കാടിനെ ഇല്ലാതാക്കുന്നത് നീങ്കള നാട്ടുകാരാണ്. ഈ കാട് ഏങ്കൾക്ക് തൈവമാണ്. അതിനെ രച്ചിക്കണേ മക്കളേ.” മൂപ്പൻ പറഞ്ഞു നിർത്തി.

“യ്യോ വന്നിട്ട് ഒരുപാട് നേരമായി. വീട്ടിൽ തിരക്കുന്നുണ്ടാവും” സജി ഓർമ്മപ്പെടുത്തി. ചോമന്റെ ആൾക്കാർ സ്നേഹപൂർവ്വം നല്കിയ സമ്മാനങ്ങളുമായി ചോമനോടൊപ്പം അവർ കാടിറങ്ങി.

ആറ്

കുട്ടികൾ വീട്ടിലെത്തുമ്പോൾ ഉച്ചയായിരുന്നു. അവർ എവിടെ പോയതാണെന്നറിയാതെ എല്ലാവരും പരിഭ്രമിച്ചിരിക്കുകയായിരുന്നു. സജി അവരുടെ കൂടെയുണ്ടെന്നത് മാത്രമാണ് അവർക്കുണ്ടായിരുന്ന ഏക ആശ്വാസം. കുട്ടികളുടെ കൈയിലുണ്ടായിരുന്ന വസ്തുക്കൾ കാണുകയും കാട്ടിലേക്ക് പോയതാണെന്നറിയുകയും ചെയ്തപ്പോൾ എല്ലാവരുടെയും പരിഭ്രമം കോപമായി. ദാസേട്ടൻ അടുത്തു കിടന്ന കമ്പെടുത്ത് സജിയെ തല്ലി.

"എന്തു ഭാവിച്ചാടാ നീ എട്ടും പൊട്ടും തിരിയാത്ത ഈ കുട്ടികളെയുംകൊണ്ട് കാട്ടിലേക്ക് പോയത്? നരീം പുലീമുള്ള കാടാണ്. കുട്ട്യോൾക്ക് എന്തെങ്കിലും പറ്റ്യെങ്കിൽ നീ എന്തു ചെയ്യുമായിരുന്നു? കൊല്ലും നിന്നെ ഞാനിന്ന്. " അയാൾ പരിസരം മറന്ന് അലറി.

"വേണ്ട വേണ്ട ദാസൻ മാമാ. ഏട്ടനെ തല്ലേണ്ട. ഏട്ടൻ ഞങ്ങളെ തടഞ്ഞതാ. ഞങ്ങൾ നിർബ്ബന്ധിച്ചിട്ടാണ് ചോമനോടൊപ്പം പോയത്." അഭി തടസ്സം പറഞ്ഞു.

"ചോമനോ അതാര്?" അമ്മ ചോദിച്ചു.

"കാട്ടുമൂപ്പന്റെ മകൻ. ഞങ്ങളുടെ കൂട്ടുകാരൻ" അഭി പറഞ്ഞു. മുന്നിലെ മുഖങ്ങളിൽ അതിശയം നിറയുന്നത് കുട്ടികൾ കണ്ടു. സാധാരണ രീതിയിൽ ആദിവാസിക്കുട്ടികൾ അത്രവേഗം നാട്ടിലെ മനുഷ്യരുമായി ഇണങ്ങാറില്ല. പിന്നെ ഇവരെങ്ങനെ

ഇത്രവേഗം തമ്മിൽ അടുത്തു? അതായിരുന്നു എല്ലാവരുടെയും ചിന്ത. ചോമനെ കണ്ടു മുട്ടിയതും പരിചയപ്പെട്ടതുമെല്ലാം അവർ വിവരിച്ചു.

"ഇതെല്ലാം നിങ്ങൾ ഞങ്ങളോടു പറയാതിരുന്നതെന്താ?"

"പറഞ്ഞാൽ അരുവിയിൽ കളിക്കാൻ പോകാൻ സമ്മതിച്ചില്ലെങ്കിലോ എന്നു പേടിച്ചിട്ടാ" അനഘ സത്യം പറഞ്ഞു.

"എന്തായാലും നിങ്ങൾ പറയാതിരുന്നത് ശരിയായില്ല." മുത്തച്ഛൻ പറഞ്ഞു.

"സോറി മുത്തച്ഛാ." കുട്ടികൾ ഒരുമിച്ചു പറഞ്ഞു.

ഉച്ചയൂണു കഴിഞ്ഞ് ഉമ്മറത്തിരിക്കുമ്പോൾ രാജീവ്മാമനോട് അനഘ ചോദിച്ചു.

"മാമൻ പിണക്കമാണോ ഞങ്ങളോട്?"

അല്പം ഗൗരവത്തിൽ തന്നെ രാജീവ് പറഞ്ഞു "പിണക്കമൊന്നുമല്ല. എങ്കിലും നിങ്ങൾ വീട്ടിൽ പറയാതെ കാട്ടിലേക്കു പോയത് എനിക്ക് ഇഷ്ടപ്പെട്ടില്ല. നിങ്ങൾക്ക് കാടുകാണണമെന്നുണ്ടായിരുന്നെങ്കിൽ ഞാൻ കൊണ്ടു പോകുമായിരുന്നില്ലേ? നിങ്ങൾ എന്നോടു പറയാഞ്ഞതെന്താ?"

"കാട് ഇങ്ങനെയൊക്കെയാണ് എന്ന് ഞങ്ങൾക്കറീല്ലായിരുന്നു മാമാ. ഇത്തിരി ദൂരം നടന്നാൽ മതീന്നാ വിചാരിച്ചത്. പെട്ടെന്ന് വരാലോന്നു കരുതി. ആ കാട്ടിനുള്ളിൽ പരിചയമുള്ള ഒരാളിന്റെ സഹായമില്ലാതെ പോകാൻ പാടാണ് മാമാ. അത് ഞങ്ങൾക്ക് മനസ്സിലായത് ചോമന്റെ ഒപ്പം പോയപ്പോഴാണ്. എത്ര വേഗത്തിലാണ് അവൻ പോകുന്നത്! അവന്റെ ഒപ്പം എത്താൻ ഞങ്ങൾ പാടുപെട്ടു." അനഘയുടെ മനസ്സിൽ അപ്പോഴും കാട് ചേക്കേറി നിന്നു

"നല്ല രസായിരുന്നു മാമാ. എന്തൊരു തണുപ്പാ അതിനുള്ളിൽ! മൃഗങ്ങൾ സാധാരണയായി വരാത്ത സമയത്താണ് ചോമൻ ഞങ്ങളെ കൂട്ടിക്കൊണ്ടു പോയത്" അഭി പറഞ്ഞു.

കുറെനേരത്തെ മൗനത്തിനുശേഷം അനഘ ചോദിച്ചു. "കാട്ടുതീ കാലാവസ്ഥ മാറ്റുമെന്നു മൂപ്പൻ പറഞ്ഞത് ശരിയാണോ മാമാ."

"നിത്യഹരിത വൃക്ഷങ്ങൾ നശിച്ച് പകരം ഇലപൊഴിയും കാടുകൾ വളരും എന്നും പറഞ്ഞു. " അഭി കൂട്ടിച്ചേർത്തു.

"ഈ പറഞ്ഞതു രണ്ടും ശരിയാണ്. കാട്ടുതീയുണ്ടാകുന്നതുകൊണ്ട് വളരെ പ്രശ്നങ്ങളുണ്ട്. കാടിന്റെ അടിത്തട്ടിൽ

വീണടിയുന്ന കരിയിലകളിലും ഉണങ്ങിയ പുല്ലുകളിലും തീ പടരാനിടയായാൽ അടിക്കാടുകൾ ആകപ്പാടെ കത്തി നശിക്കും. മിക്കപ്പോഴും മനുഷ്യർ മനഃപൂർവ്വം തീയിടുന്നതോ അലക്ഷ്യ മായി വലിച്ചെറിയുന്ന സിഗററ്റു കുറ്റികളോ കത്തിയ തീപ്പെട്ടി ക്കൊള്ളികളോ ഒക്കെയാവാം കാട്ടു തീക്ക് കാരണം. അടിക്കാടു കൾ കത്തിയാൽ വന്മരങ്ങളുടെ വിത്തുകളും തൈകൾ മിക്കതും കത്തി നശിക്കും. അതിനാൽതന്നെ പിന്നീട് മരങ്ങൾ വളർന്നു വരാനുള്ള സാദ്ധ്യത കുറയും. വലിയ നിത്യഹരിത വൃക്ഷങ്ങ ളിൽത്തന്നെ തീജ്വാലയേറ്റ് പട്ട കരിഞ്ഞു പോകുന്നതിനാൽ ക്രമേണ അവ നശിക്കുന്നു. പകരം തീയിനെ അതിജീവിക്കാൻ തക്ക വിധം കട്ടിയുള്ള പുറമ്പട്ടയുള്ള ഇലപൊഴിയും വൃക്ഷ ങ്ങൾ വളരുന്നു. ഇവയാകട്ടെ കാലാനുസൃതമായി ഇല പൊഴി ക്കുന്നതിനാൽ നിത്യഹരിത വൃക്ഷങ്ങൾ പുറത്തു വിടുന്നത്ര ഓക്സിജൻ പുറത്തു വിടുന്നുമില്ല.. മാത്രമല്ല, വൻതോതിൽ കാർ ബൺ ശേഖരിച്ചു വച്ചിരിക്കുന്ന മരത്തടികൾ കത്തുമ്പോൾ അന്ത രീക്ഷത്തിലേക്ക് വിടുന്ന കാർബൺസയോക്സൈഡ് ഹരിതഗൃ ഹപ്രഭാവത്തിന് ഒരു മുഖ്യ കാരണമായിത്തീരുന്നു. അതിനാൽ ഭൂമിയിലെ ഊഷ്മാവ് ഉയർന്ന് കാലാവസ്ഥാ വ്യതിയാനമുണ്ടാ കുന്നു. അമേരിക്കൻ ഐക്യനാടുകൾ, കാനഡ, ബ്രസീൽ, ഇൻ ഡോനേഷ്യ തുടങ്ങിയ രാജ്യങ്ങളിലുണ്ടായ കാട്ടുതീ ലോക കാലാ വസ്ഥയിൽ വളരെയേറെ വ്യതിയാനങ്ങളുണ്ടാക്കിയിട്ടുണ്ടത്രെ."

"കാട്ടു തീ നിമിത്തം മണ്ണു മരിക്കും എന്ന് മൂപ്പൻ പറഞ്ഞത് ശരിയാണോ മാമാ."

"ഒരർത്ഥത്തിൽ ശരിയാണ്. കാട്ടുതീ നിമിത്തം വനമണ്ണിന്റെ രൂപഘടനയ്ക്ക് മാറ്റം സംഭവിക്കുന്നു. മൺതരികൾക്കിടയിലെ സുഷിരങ്ങളുടെ സ്വഭാവത്തിലുണ്ടാകുന്ന മാറ്റംകൊണ്ട് സ്വാഭാ വിക മണ്ണിൽ ആഴ്ന്നിറങ്ങുന്ന രീതിയിൽ ജലം കാട്ടുതീയിൽ വെന്ത മണ്ണിൽ ഇറങ്ങില്ല. കാട്ടുതീയുടെ ചൂടിൽ മണ്ണിലെ ജലാംശം നഷ്ടപ്പെട്ടും മണ്ണിന്റെ പശിമ നഷ്ടപ്പെട്ടും മണ്ണ് നിർജ്ജീവമായി മാറുന്നു. മണ്ണിന്റെ ജൈവാവരണം നഷ്ടമാ കുന്നതും രാസഘടനയ്ക്കു മാറ്റം ഉണ്ടാകുന്നതും രൂക്ഷമായ മണ്ണൊലിപ്പിനു കാരണമാകുന്നു."

"എന്തിനാ ഈ മനുഷ്യർ ഇങ്ങനെയൊക്കെ ചെയ്യുന്നത്?

ആ മൂപ്പൻ പറഞ്ഞത് എത്ര ശരിയാണ്. നമ്മൾ നാട്ടിലുള്ളവർ തന്നെയാണ് കാടു നശിപ്പിക്കുന്നത്. എന്തെല്ലാം സേവനങ്ങളാ കാടു ചെയ്യുന്നത്. വിറകും ആഹാരവും വെള്ളവും വായുവും തടിയും തേനും കുന്തിരിക്കവും എല്ലാം. എന്നിട്ടും...."

"അതേ മോനേ. നിനക്കിത് മൂപ്പൻ പറഞ്ഞു തന്നതാകും അല്ലേ? മൂപ്പൻ മറ്റെന്തെല്ലാം പറഞ്ഞു?"

"കാട്ടിൽ ധാരാളം ഉപയോഗമുള്ള സസ്യങ്ങൾ ഉണ്ട് എന്നു പറഞ്ഞു. ഔഷധസസ്യങ്ങളും കുട്ടയും വട്ടിയും ഉണ്ടാക്കാനുപയോഗിക്കുന്നവയും വീടു വയ്ക്കാനുപയോഗിക്കുന്നവയും ഒക്കെ. പിന്നെ ഒത്തിരി മൃഗങ്ങൾക്ക് ജീവിക്കാനുള്ള സ്ഥലമാണ് കാട് എന്നും പറഞ്ഞു."

"ശരിയാണ്. മോനേ ഒട്ടേറെ ഔഷധ സസ്യങ്ങൾ കുട്ടയും വട്ടിയും നിർമ്മിക്കാനുപയോഗിക്കുന്ന ഈറ, പേപ്പർ നിർമ്മാണത്തിനുപയോഗിക്കുന്ന മുള, വീടു നിർമ്മിക്കാനും ഫർണിച്ചറുണ്ടാക്കാനും ഉപയോഗിക്കുന്ന തേക്ക്, വീട്ടി തുടങ്ങിയവ പോലുള്ള മരങ്ങൾ, തീപ്പെട്ടി നിർമ്മാണത്തിനുപയോഗിക്കുന്ന കട്ടി കുറഞ്ഞ തടിയുള്ള മരങ്ങൾ തുടങ്ങി കാടിന്റെ സസ്യസമ്പത്ത് മനുഷ്യന് ഏറെ ഉപയോഗപ്രദമാണ്. എന്നാൽ അവയുടെ ഏറ്റവും വലിയ പ്രയോജനം മഴപെയ്യാൻ സഹായകമാകുന്നുവെന്നതാണ്"

"മഴ പെയ്യിക്കേ അതെങ്ങനെ?" അനഘ അത്ഭുതപ്പെട്ടു

ഭൂമിയിലെ ജലസ്രോതസ്സുകളിൽനിന്നും മറ്റും ജലം നീരാവിയായി അന്തരീക്ഷത്തിലെത്തിയാണ് മേഘമായി മാറുന്നതെന്ന് പഠിച്ചിട്ടുണ്ടല്ലോ? ഈ മേഘങ്ങളെ തടഞ്ഞു നിർത്തി തണുപ്പിച്ച് മഴയാക്കിമാറ്റുന്നതിൽ കാടുകൾ പ്രധാന പങ്കു വഹിക്കുന്നുണ്ട്. പെയ്തു വീഴുന്ന മഴവെള്ളത്തെ ഭൂമിയിലേക്ക് ആഴ്ത്തി ഭൂഗർഭജലനിരപ്പുയർത്താനും അവ സഹായിക്കുന്നു. ഈ വെള്ളം പിന്നീട് ഉറവയായി ചുരന്നു വരുമ്പോഴാണ് അരുവികൾ രൂപപ്പെടുന്നത്. ഇത്തരം അരുവികൾ ചേർന്ന് കാട്ടാറുകളാകും. അവ നാട്ടിലേക്കൊഴുകി നമുക്ക് ആവശ്യത്തിനു ജലമേകുന്ന നദികളാകും "മാമൻ വിശദീകരിച്ചു.

"മാമാ എല്ലാ കാടുകളും ഒരുപോലെയാണോ" അനഘ ചോദിച്ചു:

"അല്ല കാടുകൾ പലതരത്തിലുണ്ട് അതിനനുസൃതമായി

അവയുടെ രീതികളും ഉപയോഗങ്ങളും വ്യത്യാസപ്പെടും. കേരളത്തിലെ വനപ്രദേശങ്ങളെ സംരക്ഷിതവനം, നിർദ്ദിഷ്ട സംരക്ഷിതവനം, നിക്ഷിപ്തവനം, പരിസ്ഥിതി ദുർബ്ബലപ്രദേശങ്ങൾ എന്നീ വിഭാഗങ്ങളിലാണ് ഉൾപ്പെടുത്തിയിരിക്കുന്നത്. കേരളത്തിൽ 9400 ച കി മീ വനപ്രദേശം ഉണ്ട്. അതായത് ആകെ വിസ്തൃതിയുടെ 29.1 ശതമാനം. നദികളിലെ ജലവിതാനം കാക്കൽ, വെള്ളപ്പൊക്ക നിയന്ത്രണം, അന്തരീക്ഷ താപനില ക്രമീകരണം, ഹരിതഗൃഹവാതകങ്ങളിലൊന്നായ കാർബൺഡയോക്സൈഡ് വലിച്ചെടുത്ത് വായു ശുദ്ധീകരിക്കൽ എന്നിവയിൽ വനങ്ങളുടെ പങ്ക് അദ്വിതീയമാണ്. ഇവ കാർബൺ സംഭരണിയായി പ്രവർത്തിക്കുന്നു.

1 ഹെക്ടർ വനം 5-10 ടൺ വരെ കാർബൺഡയോക്സൈഡ് ആഗിരണം ചെയ്യുന്നുവെന്നാണ് കണക്ക്. ഇപ്രകാരം അവ ആഗോളതാപനം ഒരു പരിധിവരെ നിയന്ത്രിക്കുന്നു

"കാടുകൾകൊണ്ട് എന്തെല്ലാം ഉപയോഗങ്ങൾ! കാട് ഞങ്ങളുടെ ദൈവാന്ന് മൂപ്പൻ പറഞ്ഞത് വെറുതെയല്ല" അനഘ ആത്മഗതമെന്നോണം പറഞ്ഞു. മാമൻ തുടർന്നു:

> മഴയുടെ ലഭ്യതയുടെ അടിസ്ഥാനത്തിൽ കേരളത്തിലെ വനങ്ങളെ നിത്യഹരിത വനങ്ങൾ, ഇലപൊഴിയും കാടുകൾ, ചോലവനങ്ങൾ, പുൽമേടുകൾ എന്നിവയായി തരംതിരിച്ചിരിക്കുന്നു. കേരളത്തിലെ വനങ്ങളുടെ ഏകദേശം നാലിലൊന്ന് ഭാഗം നിത്യഹരിതവനങ്ങളാണ്. പേരു സൂചിപ്പിക്കുന്നതുപോലെ വർഷത്തിൽ മിക്ക സമയവും ഇവ പച്ചപ്പ് നിലനിർത്തുന്നു. ഇവയിലെ സസ്യങ്ങളുടെ ഇലകൾ കൊഴിയുന്നതിനോടൊപ്പം തന്നെ പുതിയ ഇലകൾ കിളിർത്തു വരുന്നതിനാലാണ് പച്ചപ്പ് എല്ലായ്പ്പോഴും നിലനിർത്താൻ ഇവയ്ക്ക് സാധിക്കുന്നത്. ധാരാളം മഴ ലഭിക്കുന്നിടത്താണ് ഇവ കാണപ്പെടുന്നത്. കേരളത്തിൽ 2463.74 ചതുരശ്ര കിലോമീറ്റർ ഭാഗത്ത് ഇത് വ്യാപിച്ചിരിക്കുന്നു. പശ്ചിമ ഘട്ടത്തിലാണ് ഇവ കാണപ്പെടുന്നത്. തഴച്ച സസ്യജാലവും ധാരാളം ജന്തുക്കളുടെ സാന്നിദ്ധ്യവുമാണ് ഇവയുടെ പ്രത്യേകത. ഇവയെ ദക്ഷിണപർവ്വത

മുകൾ നിത്യഹരിതവനങ്ങൾ, പടിഞ്ഞാറൻ തീര നിത്യഹരിതവനങ്ങൾ, നനവാർന്ന നിത്യഹരിത, അർദ്ധ നിത്യഹരിത ക്ലൈമാക്സ് വനങ്ങൾ എന്നിങ്ങനെ തരം തിരിക്കപ്പെട്ടിരിക്കുന്നു. ദക്ഷിണപർവ്വതമുകൾ നിത്യഹരിതവനങ്ങൾ, കുന്നുകളുടെ മുകളിലും ചരിവുകളിലും, വാർഷിക വർഷപാതം 4500 മില്ലിമീറ്റർ ആയിരിക്കുന്ന ഇടങ്ങളിലുമാണ് കാണപ്പെടുക. ഇവിടെ ഉയർന്ന ആർദ്രത, ഉയർന്ന വർഷപാതം എന്നിവയുള്ള സ്ഥലമായിരിക്കും. ഉയരം കുറഞ്ഞ സസ്യങ്ങളാണ് ഇവിടെ കാണപ്പെടാറുള്ളത്. മുളകളും വള്ളിച്ചെടികളും കൂടുതലായി കാണപ്പെടുന്നു. പടിഞ്ഞാറൻ തീര നിത്യഹരിതവനങ്ങളിൽ 45 മീറ്ററിലധികം ഉയരമുള്ള വൃക്ഷങ്ങൾവരെ കാണാൻ കഴിയും.

"ഇലപൊഴിയും കാടുകളോ മാമാ?" അനഘയുടെ ശബ്ദത്തിൽ ആവേശം തുളുമ്പി.

ഇലപൊഴിയും കാടുകൾ വേനലിലും തണുപ്പുകാലത്തും ഇലകൾ പൊഴിക്കുന്ന വൃക്ഷങ്ങൾ നിറഞ്ഞതാണ്. ആകെ വിസ്തൃതിയുടെ 1705.16 ച കി മീ ആർദ്ര ഇലപൊഴിയും കാടുകളും 215.26 ച കി മീ വരണ്ട ഇലപൊഴിയും കാടുകളുമാണ്. ഇലപൊഴിയും കാടുകളെ ശുഷ്കവനങ്ങൾ എന്നും വിളിക്കാറുണ്ട്. നിത്യഹരിത വനങ്ങളുടെ പച്ചപ്പ് ഇവയ്ക്കില്ലാത്തതിനാലാണ് ഇവയെ അങ്ങനെ വിളിക്കുന്നത്. ആർദ്ര ശുഷ്ക വനങ്ങളിൽ നനവുള്ളതിനാൽ അടിക്കാടുകൾ കൂടുതലായിരിക്കും. ഇവ നനവുള്ള തേക്ക് വനങ്ങളോ മിശ്രവനങ്ങളോ ആകാം. മഴ ധാരാളമായി ലഭിക്കുന്ന ഇടങ്ങളിലാണ് ആർദ്ര തേക്കിൻ കാടുകൾ കാണപ്പെടുന്നത്. കേരളത്തിൽ മാനന്തവാടി, തൃശ്ശൂർ, മലയാറ്റൂർ, പുനലൂർ, തെന്മല എന്നിവിടങ്ങളിലാണ് ഇത്തരം തേക്കിൻ കാടുകൾ കാണപ്പെടുന്നത്. വരണ്ട ഇലപൊഴിയും കാടുകളിൽ അടിക്കാടുകൾ കുറവാണ്. ഉള്ളവ തന്നെ അധികം വളരാത്ത കുറ്റിച്ചെടികളാണ്. ഇത്തരം വനങ്ങളിലെ വൃക്ഷങ്ങൾ വേനല്ക്കാലത്ത് ഇലപൊഴിച്ച് നില്ക്കും. പശ്ചിമഘട്ടത്തിന്റെ പടിഞ്ഞാറേ ചെരുവിലെ കുന്നുകളുടെ അടി

വാരത്തിലാണ് ഇവ കാണപ്പെടുന്നത്. കേരളത്തിലും തമിഴ്നാട്ടിലും കർണ്ണാടകത്തിലുമുള്ള ചന്ദനക്കാടുകൾ ഇത്തരം വരണ്ട ശുഷ്ക വനങ്ങളാണ് കേരളത്തിൽ പാലക്കാടും മറയൂരുമാണ് ഇത്തരം വനങ്ങളുള്ളത്.

"വേറെയും കാടുകളുണ്ടോ മാമാ?" അഭി ചോദിച്ചു.

"മറ്റൊരു വിഭാഗമായ ചോലവനങ്ങൾ വളരെ ഉയരം കൂടിയ പ്രദേശത്തു കാണപ്പെടുന്നവയാണ്. പശ്ചിമ ഘട്ടത്തിലെ 2000 –2300 മീറ്റർ വരെ ഉയരത്തിൽ വളരുന്ന നിത്യഹരിതവനങ്ങളാണ് ഇവ. പൊതുവെ ഉയരം കുറഞ്ഞ വൃക്ഷങ്ങളാണ് ഇവിടെയുള്ളത്. സമൃദ്ധമായ ഇലച്ചാർത്ത് ഇവയുടെ പ്രത്യേകതയാണ് നനവാർന്ന തണുത്ത സ്ഥലമെന്ന് അർത്ഥമുള്ള തമിഴ് പദമായ 'ചോല' എന്ന വാക്കിൽനിന്നാണ് ചോലവനങ്ങൾ എന്ന വാക്കിന്റെ ഉത്ഭവം. എന്നതിൽനിന്നുതന്നെ ഇവയുടെ പ്രത്യേകത ഊഹിക്കാമല്ലോ? ചോലവനങ്ങൾ പാരിസ്ഥിതിക പ്രാധാന്യം ഏറെയുള്ളവയാണ്. ഇവ നീരുറവകൾക്കും അരുവികൾക്കും ജന്മം നല്കുന്ന സുസ്ഥിര ജലസ്രോതസ്സുകളാണ്. രണ്ട് മൺസൂണുകളിൽനിന്നും മഴ ലഭ്യമാകുന്ന സ്ഥലങ്ങളിലാണ് ഇവ കാണപ്പെടുന്നത്. വിവിധ ഇനങ്ങളിലുള്ള അപൂർവ്വങ്ങളും വംശനാശം സംഭവിച്ചുകൊണ്ടിരിക്കുന്നതുമായ ജീവജാലങ്ങൾ ഇവിടെ കാണപ്പെടുന്നു. മഴവെള്ളം ആഗിരണം ചെയ്ത് നിർത്തുക വഴി വെള്ളപ്പൊക്കം നിയന്ത്രിക്കുന്നതിൽ ചോലവനങ്ങൾക്ക് പ്രധാനപങ്കുണ്ട്. കാട്ടുതീയെ പ്രതിരോധിക്കാൻ കഴിവുള്ള വൃക്ഷങ്ങൾ ചോലവനങ്ങളുടെ പ്രത്യേകതയാണ്. പുൽമേടുകൾ പർവ്വതങ്ങളുടെ ചെരിവുകളിലാണ് സാധാരണയായി കാണപ്പെടുന്നത്. താരതമ്യേന സസ്യവൈവിദ്ധ്യം കുറഞ്ഞ ഈ ഭാഗത്ത് വൃക്ഷങ്ങൾ കുറവായിരിക്കും. സാധാരണയായി പുൽമേടുകളും ചോലവനങ്ങളും ഇടകലർന്നാണ് കാണപ്പെടുന്നത്."

"മാമൻ പറഞ്ഞു കേൾക്കുമ്പോൾ തന്നെ ഇതെല്ലാം കാണാൻ കൊതിയാകുന്നു." അനഘ പറഞ്ഞു.

"എനിക്കും" അഭിയും കൂടെക്കൂടി.

"ശരി നമുക്ക് ഒരു യാത്ര പോകാം. കാട്ടിലൂടെ. പക്ഷേ, നിന്റെ ചോമന്റെ കാടല്ല കേട്ടോ."

"ചോമന്റെ കാടും നിബിഡവനമാണ് മാമാ. പക്ഷേ, അവന് അവിടെ നല്ല പരിചയമാണ്."

"അവൻ അവിടെത്തന്നെ ജനിച്ചു വളർന്നവനല്ലേ? അവന് അവിടെല്ലാം പരിചിതമാണ്. മറ്റുള്ളവർക്ക് കടക്കാൻ പാടില്ലാത്ത കാടിന്റെ കോർ സോൺ വരെ കടന്നുചെല്ലാൻ അവകാശമുള്ള വരാണ് ആദിവാസികൾ. അവരെക്കൂടാതെ വനം വകുപ്പു ജീവ നക്കാർക്ക് മാത്രമേ അവിടെ കടക്കാവു."

"അല്ലാത്തവർ അവിടെ കടന്നാലെന്തു സംഭവിക്കും?" സജി ചോദിച്ചു.

"മറ്റുള്ളവർ കയറിയാൽ അതിക്രമിച്ചു കയറിയതിന് വനം വകുപ്പ് കേസെടുക്കും. നാളെ രാവിലെ ഒരുങ്ങിക്കോളു മൂന്നാ ളും. നമുക്ക് കാട്ടിലേക്കു പോകാം ഞാൻ എന്റെ ഒരു സുഹൃ ത്തിനെ ഒന്നു വിളിക്കട്ടെ." മാമൻ എഴുന്നേറ്റു.

കുട്ടികൾക്ക് ഉത്സാഹമായി പിറ്റേന്ന് അഭിയും അനഘയും ഉണരുന്നതിനുമുമ്പ് തന്നെ സജി യാത്രയ്ക്ക് ഒരുങ്ങി എത്തി.

"ഇവനിന്നലെ ഉറങ്ങീട്ടില്ല. കാട്ടിൽ യാത്രയ്ക്കു പോകു ന്നെന്നും പറഞ്ഞ്" ദാസേട്ടൻ പറഞ്ഞു.

"ശരിയാ സത്യത്തിൽ എനിക്ക് ഉറക്കം വന്നില്ല. ചോമന്റെ കൂടെ പോയപ്പോൾ എനിക്ക് കാട്ടിൽനിന്ന് ശരിക്കും പോരാനേ തോന്നിയില്ല.. വീണ്ടും പോകണമെന്നു തോന്നിയിരുന്നപ്പോഴാ ഇങ്ങനൊരു അവസരം വന്നത്." സജി സത്യം പറഞ്ഞു.

"എനിക്കും വരണമെന്നുണ്ടായിരുന്നു. " തെല്ലു സങ്കോച ത്തോടെ ദാസേട്ടൻ പറഞ്ഞു.

"അതിനെന്താ പോന്നോളു."

"പുരയിടത്തിൽ കിളയ്ക്കാൻ പണിക്കാരു നില്ക്കുവല്ലേ കുഞ്ഞേ? ഞാൻ വന്നാലെങ്ങനാ?" ദാസേട്ടൻ തല ചൊറിഞ്ഞു.

"പണിക്കാരു കിളച്ചോളും ദാസേട്ടാ. ഇന്ന് ദാസേട്ടൻ കൂടെ പ്പോര്." രാജീവ് പറഞ്ഞതോടെ സന്തോഷപൂർവ്വം ദാസേട്ടൻ വസ്ത്രം മാറാനോടി.

കാറിൽ അഞ്ചംഗസംഘം കാടു കാണാൻ പുറപ്പെട്ടു. അവർ നേരെ പോയത് ഫോറസ്റ്റ് ഓഫീസിലേക്കാണ്. ചുറ്റും കാടുക ളുള്ള ഒരു കെട്ടിടം. ചുറ്റുപാടും കിടങ്ങും കമ്പിവേലിയും.

"ആന കടക്കാതിരിക്കാനാ." സജി ആ കിടങ്ങു ചൂണ്ടി കുട്ടി

കളോട് അടക്കം പറഞ്ഞു. പൂർണ്ണമായും ശാന്തമായ നിശ്ശബ്ദതയിലേക്ക് അമർന്നു പോയ ഓഫീസ് കെട്ടിടം. കാല്പെരുമാറ്റം കേട്ടിട്ടാവാം പച്ചകലർന്ന കാക്കി വസ്ത്രം ധരിച്ച ഒരാൾ ഇറങ്ങി വന്നു. രാജീവ് മാമന്റെ കൂട്ടുകാരൻ അശോക്.

"ങാ നിങ്ങളെത്തിയോ? ഞാൻ രാവിലെ മുതൽ നോക്കിയിരിക്കുകയായിരുന്നു" രാജീവിനു ഷേക് ഹാന്റ് നല്കിക്കൊണ്ട് അദ്ദേഹം പറഞ്ഞു. വയണയിലക്കുമ്പിളിൽ ശർക്കരയും പഴവും അരിമാവും ചേർത്ത് കുഴച്ചു നിറച്ച് വേവിച്ച് ഉണ്ടാക്കിയെടുത്ത രുചികരമായ കുമ്പിളപ്പവും കട്ടൻ ചായയും കഴിച്ച് അല്പം വിശ്രമിച്ചശേഷം അവർ കാടുകാണാനായി പുറപ്പെട്ടു. പുറപ്പെടാൻ നേരം അദ്ദേഹം പറഞ്ഞു "നമ്മുടെ കണ്ണും കാതും മൂക്കും തുറന്നും വായ് അടഞ്ഞും ഇരിക്കണം കാട്ടിൽ കടക്കുമ്പോൾ. കാടിനെ നാം ആദരിക്കണം. അവിടത്തെ സസ്യങ്ങളെയും ജന്തുക്കളെയും ഉപദ്രവിക്കരുത് അവരുടെ സ്വകാര്യതയെ ഹനിക്കുകയുമരുത്. നമ്മുടെ ശബ്ദവും ഗന്ധവും എല്ലാം കാടിന്റെ സ്വാഭാവികതയ്ക്ക് എതിരാണ് അതുകൊണ്ട് അവ കാട്ടിലെ ജന്തുക്കളെ അലോസരപ്പെടുത്തിയേക്കാം അതിനാൽ കാട്ടിൽ കയറുമ്പോൾ രൂക്ഷഗന്ധങ്ങളും ഉറക്കെയുള്ള ശബ്ദവും പാടില്ല. മനസ്സിലായല്ലോ?" കുട്ടികൾ മൂളിക്കേട്ടു. നിശ്ശബ്ദരായി അവർ അശോക് അങ്കിളിനെ പിന്തുടർന്നു. വഴിയിൽക്കണ്ട സസ്യങ്ങളെക്കുറിച്ചും കാടിനെക്കുറിച്ചും അദ്ദേഹം ഒച്ച താഴ്ത്തി വിവരിച്ചു കൊടുത്തു. അറിവിന്റെ ഒരു മായാലോകം അവർക്കു മുന്നിൽ തുറക്കുകയായിരുന്നു.

"കേരളത്തിലെ വനവിഭാഗം കൂടുതലായും കാണപ്പെടുന്നത് പശ്ചിമ ഘട്ടത്തിലാണ്. ലോകത്തിലെ 18 ജൈവവൈവിദ്ധ്യ ഹോട്ട് സ്പോട്ടുകളിൽ ഒന്നായ ഈ പ്രദേശം അപൂർവ്വങ്ങളായ ഒട്ടേറെ ജീവജാതികളുടെ സങ്കേതമാണ്. ഇവയിൽ വംശനാശഭീഷണി നേരിട്ടുകൊണ്ടിരിക്കുന്നവയുമുൾപ്പെടുന്നു."

"ഈ പശ്ചിമ ഘട്ടം എവിടെയാണ്?" അഭി ചോദിച്ചു.

"നമ്മളിപ്പോൾ നില്ക്കുന്ന ഈ പ്രദേശം പശ്ചിമഘട്ടത്തിന്റെ ഭാഗമാണ്. ഗുജറാത്തിലെ താപ്തി നദീ തടം മുതൽ തമിഴ്നാട്ടിലെ കന്യാകുമാരി വരെ നീണ്ടു കിടക്കുന്ന മലനിരയാണ് പശ്ചിമ ഘട്ടം. ഇത് ഗുജറാത്ത്, മഹാരാഷ്ട്ര, ഗോവ, കർണ്ണാടക, കേരളം, തമിഴ്നാട് എന്നീ സംസ്ഥാനങ്ങളിലായി വ്യാപിച്ചിരി

ക്കുന്നു. അഗസ്ത്യമലയിൽ തല വച്ച്, ഗുജറാത്തിൽ കാൽവച്ചു കിടക്കുന്ന ഒരു സ്ത്രീയായാണ് കവി കാളിദാസൻ പശ്ചിമഘട്ടത്തെ വർണ്ണിച്ചിരിക്കുന്നത്."

"നമ്മുടെ കേരളത്തിലും കാടുകൾ നിറഞ്ഞ പശ്ചിമഘട്ടം ഉള്ളത് നല്ലതുതന്നെ" അഭി അഭിമാനപൂർവ്വം പറഞ്ഞു.

"കേരളത്തിൽ എല്ലാ ജില്ലകളിലും ഒരുപോലെ വനപ്രദേശമില്ല മോനേ. കേരളത്തിലെ ജില്ലകളിൽ ഇടുക്കിയിലും പത്തനംതിട്ടയിലുമാണ് കൂടുതലായും വനപ്രദേശമുള്ളത്." അശോക് അങ്കിൾ തിരുത്തി.

"കാടുകളില്ലാത്ത ജില്ല കേരളത്തിലുണ്ടോ മാമാ" സജി ചോദിച്ചു

"ഉണ്ടല്ലോ. കേരളത്തിൽ കാടുകളില്ലാത്ത ഒരേയൊരു ജില്ല ആലപ്പുഴയാണ്."

"വല്ലാതെ കാൽ കഴയ്ക്കുന്നു. എവിടെങ്കിലും ഇത്തിരി ഇരിക്കാൻ തോന്നുന്നു." അനഘയാണതു പറഞ്ഞത്. കാടിന്റെ ഭംഗി നിന്നും നടന്നും അവർ കണ്ടു തുടങ്ങിയിട്ട് കുറെ സമയമായിരുന്നു..

"ഇവിടെ തറയിലൊന്നും ഇരിക്കാൻ പറ്റില്ലല്ലോ.വല്ല ജീവികളും കാണും മാത്രമല്ല എല്ലാടവും ഒരു നനവുണ്ടിവിടെ." സജി ചുറ്റുപാടുമൊന്നു കണ്ണോടിച്ചശേഷം പറഞ്ഞു.

"ആ നനവ് കാടിന്റെ ഒരു പ്രത്യേകതയാണ്. മരങ്ങളും മറ്റു സസ്യങ്ങളും ചേർന്ന് സൃഷ്ടിക്കുന്ന സസ്യമേലാപ്പ് സൂര്യരശ്മികൾ കാടിനുള്ളിലേക്ക് പതിക്കുന്നത് തടയുന്നു. അതിനാൽ കാട്ടിലെ മണ്ണ് വെയിലേറ്റ് ഉണങ്ങുന്നത് കുറവാണ്. പിന്നെ മഴ പെയ്യുമ്പോൾ ഈ മേലാപ്പിൽ വീണ് ശക്തി കുറഞ്ഞ് മെല്ലെ പതിക്കുന്ന ജലകണങ്ങൾ മുഴുവൻ മണ്ണിലേക്ക് ആഴ്ന്നിറങ്ങുകയും ചെയ്യും. ഇത് മണ്ണിനെ നനവുള്ളതാക്കി സൂക്ഷിക്കും. മണ്ണിലെ ഈ ആർദ്രത ചിതലുകളുടെയും സൂക്ഷ്മജീവികളുടെയും പ്രവർത്തനം ത്വരിതഗതിയിലാക്കാനും മണ്ണിൽ വീണടിയുന്ന ഇലകളും മറ്റു ജൈവാവശിഷ്ടങ്ങളും എളുപ്പത്തിൽ ജീർണ്ണിച്ച് മണ്ണോടു ചേരാനും സഹായകമാകുന്നു. ഇപ്രകാരം മണ്ണ് ജൈവസമ്പുഷ്ടമാകുന്നു. നനവുള്ള ഈ മണ്ണിൽ വസിക്കുന്ന മണ്ണിരകൾ മണ്ണിനെ ധാരാളം ദ്വാരങ്ങളുള്ളതാക്കി സൂക്ഷിക്കുന്നു. അതിനാൽത്തന്നെ കാടിന്റെ അടിത്തട്ട് ജലം ഭൂമിക്കു

ള്ളിലേക്ക് ആഴ്ന്നിറങ്ങാൻ തക്ക സൗകര്യങ്ങളുള്ളതായിരിക്കും. ഒരു ചതുരശ്ര കിലോമീറ്റർ വനത്തിൽ 5000 –20000 ക്യൂബിക് മീറ്റർ വരെ ജലം സംഭരിച്ചു വയ്ക്കുന്നുണ്ട്. ഇതിൽനിന്നാണ് അരുവികളായി മാറുന്ന ഉറവകളുടെ ജനനം.. വരു നമുക്ക് ആ വീണുകിടക്കുന്ന മരത്തിൽ കയറി അല്പനേരം ഇരിക്കാം" വിണുകിടക്കുന്ന ഒരു മരത്തിനടുത്തേക്കു നടന്നുകൊണ്ട് അശോക് അങ്കിൾ പറഞ്ഞു. മരത്തിൽ കയറി സുരക്ഷിതമായ ഒരിടത്തിരുന്നുകൊണ്ട് അഭി പറഞ്ഞു

"എല്ലാവരും കയറിക്കോളിൻ. ദാ വണ്ടി വിടാൻ പോകുന്നു" എല്ലാവരും ചിരിച്ചു. പിടിച്ചിരിക്കുന്ന ചില്ലയെ സ്റ്റിയറിങ്ങായി നടിച്ചുകൊണ്ട് അവൻ സ്വയം ഡ്രൈവറായി. വണ്ടിയുടെ ശബ്ദം അനുകരിച്ചു തുടങ്ങി.

"ഡ്രൈവർ സാറേ. ഇത് കാടാണ് കേട്ടോ ഒച്ച വയ്ക്കണ്ട" അനഘ മുന്നറിയിപ്പു നല്കിയതോടെ അവൻ നിശ്ശബ്ദനായി. തണുത്ത ഒരിളം കാറ്റ് അവരെ തഴുകി കടന്നു പോയി. അല്പ നേരത്തെ നിശ്ശബ്ദതയ്ക്കുശേഷം സജി ചോദിച്ചു.

"അങ്കിളേ, കാടു നശിച്ചാൽ നാടുമുടിയും എന്നു മൂപ്പൻ പറഞ്ഞു. അതു ശരിയാണോ?"

"സംശയമെന്താ? ശ്വസിക്കുന്ന വായു മാത്രമല്ല മനുഷ്യനുൾപ്പെടെയുള്ള ജീവികൾക്ക് ആഹാരവും ഒരുക്കുന്നത് സസ്യങ്ങളാണ്. സൂര്യപ്രകാശത്തെ നേരിട്ട് സ്വീകരിക്കാനും അതുപയോഗിച്ച് ആഹാരം നിർമ്മിക്കുന്നതിനും സാധിക്കുന്നത് സസ്യങ്ങൾക്കു മാത്രമാണ്. മനുഷ്യനും മൃഗങ്ങളും പക്ഷികളുമെല്ലാം സസ്യങ്ങളെ തന്നെയാണ് ആശ്രയിക്കുന്നത് എന്നതിനാൽത്തന്നെ സസ്യങ്ങളില്ലാതായാലുണ്ടാകാൻ പോകുന്ന ദുരന്തം ഊഹിക്കാവുന്നതല്ലേയുള്ളു കേരളത്തിന്റെ പരിസ്ഥിതി തകർച്ചയുടെ പ്രധാന കാരണം വനനശീകരണമാണ്."

മൂപ്പന്റെ വാക്കുകൾ കുട്ടികളുടെ മനസ്സിൽ വന്നലച്ചു.

"ഏങ്കള കാടിനെ ഇല്ലാതാക്കുന്നത് നീങ്കള നാട്ടുകാരാണ്. ഈ കാട് ഏങ്കൾക്ക് ദൈവമാണ്. അതിനെ രച്ചിക്കണേ മക്കളേ." കാട്ടിനുള്ളിൽ കഴിയുന്ന ആദിവാസി മൂപ്പനുള്ളത്ര വീണ്ടുവിചാരംപോലും നാട്ടിലെ വിദ്യാഭ്യാസമുള്ള ആളുകൾക്ക് ഇല്ലാതെ പോയതിൽ അവർക്കു ഖേദം തോന്നി.

"വനനശീകരണം കുറയ്ക്കാനാവില്ലേ അങ്കിൾ?" തെല്ല് ആശങ്കയോടെ സജി ചോദിച്ചു. ലഭ്യമായ അറിവിൽനിന്നും വനനശീകരണത്തിന്റെ ദുരന്തഫലങ്ങൾ അവനു ഊഹിക്കാൻ കഴിഞ്ഞിരുന്നു.

"കഴിയും. പക്ഷേ, എല്ലാവരും അതിനായി ബോധപൂർവ്വം ശ്രമിക്കണമെന്നു മാത്രം. ഈ ഭൂമിയിലുള്ള മുഴുവൻ ജീവജാലങ്ങൾക്കും ശ്വസിക്കാനാവശ്യമായ ഓക്സിജൻ ലഭ്യമാകണമെങ്കിൽ ഭൂമിയുടെ 45% എങ്കിലും സസ്യങ്ങൾകൊണ്ടു മൂടിയിരിക്കണം. അതിനായി എല്ലാവരുടെയും കൂട്ടായ ശ്രമം ഉണ്ടായേ പറ്റു. പക്ഷേ, നിർഭാഗ്യവശാൽ കാട്ടുതീ സൃഷ്ടിച്ചും വനം കൈയേറിയും നാശം വരുത്തുന്നത് നമ്മൾ തന്നെയാണ്. ഓരോ കാട്ടുതീ ഉണ്ടായിക്കഴിയുമ്പോഴും ഉണ്ടാകുന്ന പാരിസ്ഥിതിക പ്രശ്നങ്ങളെക്കുറിച്ച് ആരും ബോധവാന്മാരല്ല എന്നതാണ് സത്യം. വനം കത്തി നശിച്ചുണ്ടാകുന്ന പുക അന്തരീക്ഷമലിനീകരണമുണ്ടാക്കുകയും ശ്വാസകോശരോഗങ്ങൾ വരുത്തി വയ്ക്കുകയും ചെയ്യുന്നു. വൃക്ഷങ്ങളിൽ മിക്കതും നശിക്കുന്നതിനാൽ മണ്ണൊലിപ്പു തടയാൻ മരങ്ങളില്ലാതെ വെന്ത മേൽമണ്ണും സസ്യാവശിഷ്ടങ്ങളും ചാരവും മഴക്കാലത്ത് മലഞ്ചരിവുകളിലൂടെ താഴേക്കൊലിച്ചു വന്ന് ജലസ്രോതസ്സുകളെ മൂടും. ഈ മണ്ണിലെ രാസവസ്തുക്കൾ കുടിവെള്ളത്തിൽ കലർന്ന് വിവിധ രോഗങ്ങളുണ്ടാക്കും എന്നു മാത്രമല്ല. ഇത് ജലജീവികളുടെ നിലനില്പിനെ ബാധിക്കുകയും ചെയ്യും. അങ്ങനെ എന്തെല്ലാം ദോഷങ്ങൾ!" കുട്ടികൾ ശ്രദ്ധയോടെ കേട്ടിരുന്നു. അവരുടെ മുഖത്ത് ഭീതിയും അസ്വസ്ഥതയും ദൃശ്യമായിരുന്നു.

"ശരിക്കും ഇതിനൊക്കെ സർക്കാർതന്നെ മുൻകൈ എടുത്താലേ വനനശീകരണം തടയാൻ പറ്റു. കാട്ടുതീയിടലും വനം കൈയേറ്റവും ഒക്കെ ചെയ്യുന്നോരെ ശിക്ഷിക്കുക തന്നെ വേണം" ദാസേട്ടൻ പറഞ്ഞു.

"സർക്കാരിന്റെ ഇടപെടലുകൾ ഉണ്ടല്ലോ. കേരളത്തിൽ വന്യജീവികളെയും സസ്യസമ്പത്തിനെയും സംരക്ഷിക്കാനുള്ള ഔദ്യോഗിക നീക്കം ഉണ്ടായത് 1934 ൽ ആണ്. തിരുവിതാംകൂറിന്റെ അന്നത്തെ മഹാരാജാവായിരുന്ന ശ്രീ ചിത്തിര തിരുനാൾ മഹാരാജാവ് പെരിയാറിന്റെ ചുറ്റുമുള്ള പ്രദേശത്തെ പ്രൈവറ്റ്

ഗെയിം ഫോറസ്റ്റ് ആയി പ്രഖ്യാപിച്ച് തേയിലക്കാടുകളുടെ അതിവ്യാപനം തടഞ്ഞു. അതിനുശേഷം നിയമ നിർമ്മാണം നടത്തിയും മറ്റും സർക്കാർ വനനശീകരണം തടയാൻ ശ്രമിച്ചെങ്കിലും പൂർണ്ണ വിജയം വരിക്കാനായില്ല. ജനങ്ങളുടെ കൂട്ടായ ശ്രമത്തിലൂടെ മാത്രമേ വനസംരക്ഷണ സംരംഭങ്ങൾ വിജയിക്കൂ." അശോക് അങ്കിൾ പറഞ്ഞു.

നേരിയ ഒരു ഇരമ്പം എല്ലാവരും ശ്രദ്ധിച്ചു അത് കൂടുതൽ ശക്തി പ്രാപിച്ചു വന്നു. കുട്ടികൾ അത്ഭുതത്തോടെ പരസ്പരം നോക്കി.

"മഴ പെയ്യാൻ പോകുകയാണ് കാട്ടിലെ മഴ എങ്ങനെയാണെന്നറിയാനുള്ള സുവർണ്ണാവസരം" അശോക് അങ്കിൾ ചിരിച്ചുകൊണ്ട് പറഞ്ഞു.

നിമിഷങ്ങൾക്കകം കാടിനെയാകെ ഉലച്ചുകൊണ്ട് ഒരു കാറ്റല ചീറിപ്പാഞ്ഞു വന്നു മഴത്തുള്ളികളുടെ ശക്തമായ പതനത്തിൽ വൃക്ഷലതാദികൾ തുള്ളിക്കളിച്ചു. ആർത്തലച്ചു പെയ്ത മഴ സസ്യമേലാപ്പിൽനിന്ന് തുള്ളികളായി ഇറ്റു വീണ് അവരെയാകെ നനച്ചു. ഓടിയെത്തിയ കാറ്റ് സമ്മാനിച്ച ശക്തമായ തണുപ്പിൽ കുട്ടികൾ വിറച്ചു. മൂന്നുപേരും ഒരുമിച്ചു ചേർന്നുനിന്ന് തണുപ്പിനെ പ്രതിരോധിക്കാൻ ഒരു ശ്രമം നടത്തി.

"കുട്ട്യോൾക്ക് വല്ല ദീനോം പിടിക്ക്വോന്തോ? മഴ നനഞ്ഞ് ശീലമില്ലാത്തോരാണ്." ദാസേട്ടൻ വേവലാതിപ്പെട്ടു.

"പേടിക്കേണ്ട ദാസേട്ടാ. ഇവരും ഇതൊക്കെ ഒന്നനുഭവിക്കേണ്ടേ. കാട്ടിലെ മൃഗങ്ങൾ മഴ കൊള്ളുന്നത് എങ്ങനെയെന്ന് അവരറിയട്ടെ. അസുഖമൊന്നും വരില്ല " നെറ്റിയിലൂടെ ഊർന്നിറങ്ങിയ മഴത്തുള്ളി തുടച്ചു കൊണ്ട് അശോക് അങ്കിൾ പറഞ്ഞു. ബീറ്റ് ഫോറസ്റ്റ് ഓഫീസറായ അദ്ദേഹത്തിന് കാട്ടിലെ മഴയും വെയിലുമെല്ലാം സുപരിചിതങ്ങളായിരുന്നു. മഴ ഒട്ടു ശമിച്ചപ്പോൾ അദ്ദേഹം പറഞ്ഞു:

"നമുക്കു നടക്കാം" മഴ വീണു നനഞ്ഞ കാനന മണ്ണിലൂടെ അവർ നടന്നു നടന്നു നടന്ന് കാട്ടിനുള്ളിലൂടെ ഒഴുകിയിരുന്ന ഒരു ഒരരുവിയുടെ തീരത്തെത്തിയപ്പോഴേക്കും അവരുടെ ശരീരവും വസ്ത്രങ്ങളുമെല്ലാം ഉണങ്ങിക്കഴിഞ്ഞിരുന്നു.

"എനിക്കാ മഴ ഇഷ്ടപ്പെട്ടു. എന്തൊരു തണുപ്പാണ് ആ വെള്ളത്തിന്!" അഭി പറഞ്ഞു. മറ്റുള്ളവർ അതു ശരിവച്ചു .

കാടിറങ്ങി തിരിച്ചു പോരാൻനേരം എല്ലാവരും ഏറെക്കുറെ നിശ്ശബ്ദരായിരുന്നു. ഫോറസ്റ്റ് ഓഫീസിലെത്തി ആഹാരം കഴിച്ചശേഷം യാത്ര പറയാൻ നേരം അശോക് അങ്കിൾ ഒരു പൊതി രാജീവിനെ ഏല്പിച്ചു.

"എന്താദ് അങ്കിളേ?" അഭിക്ക് ആകാംക്ഷ അടക്കാനായില്ല.

"കുറച്ച് മുളയരിയാണ് മോനേ. വനവിഭവങ്ങളിൽ ഒന്നാണ് ഈ മുളയരി."

" മുളയരി എന്തിനു കൊള്ളാം"

"അത് ഒന്നാംതരം ഭക്ഷ്യവിഭവമാണ്. അമ്മയോടു പറയ്, പായസം വച്ചു തരാൻ രുചികരവും പോഷകപ്രദവുമാണിത്" അവന്റെ ശിരസ്സിൽ സ്നേഹപൂർവ്വം തലോടിക്കൊണ്ട് അദ്ദേഹം പറഞ്ഞു.

"ഇതെവിടെ നിന്നു കിട്ടി മാമാ"

"കാട്ടിലെ മുളങ്കൂട്ടത്തിൽനിന്ന്"

"ഞങ്ങളുടെ വീട്ടിലെ മുളയിൽ മുളയരി കണ്ടില്ലല്ലോ ?" അഭി അത്ഭുതപ്പെട്ടു.

"മുള അതിന്റെ ആയുസ്സിൽ ഒരിക്കൽ മാത്രമേ പൂക്കു. അവ നശിക്കാറാകുമ്പോൾ ആണ് കൂട്ടമായി പൂക്കുക.. പൂത്തു കായ്ക്കുന്നതോടെ അവയുടെ ജീവിതകാലഘട്ടം അവസാനിക്കും. മുളങ്കൂട്ടം പൂത്തു കായ്ക്കുമ്പോൾ ചുറ്റുപാടും ചാക്ക് വിരിച്ച് കൊഴിഞ്ഞു വീഴുന്ന മുളയരി ആളുകൾ ശേഖരിക്കാറുണ്ട്."

"അപ്പോൾ ആ മുളകൾ ആളുകൾ വെട്ടിയെടുക്കുമോ?" സജി

"ഇല്ല. പ്രകൃതിയിൽ നിന്നുണ്ടാകുന്നതെന്തും പ്രകൃതിയിലേക്കു തന്നെ മടക്കി നല്കുന്നതാണു കാട്ടിലെ നീതി. പൂത്തു നശിച്ച മുളങ്കൂട്ടങ്ങൾ ക്രമേണ ജീർണ്ണിച്ച് പ്രകൃതിയോടുതന്നെ ചേരും. മുളങ്കൂട്ടം മാത്രമല്ല, കാട്ടിലെ ജീവനുള്ളതെന്തും പ്രകൃതിയുടെ ഭാഗമായി ജീവിക്കുകയും ഒടുവിൽ നശിച്ച് ജീർണ്ണിച്ച് പ്രകൃതിയിലേക്കുതന്നെ ലയിക്കുകയും ചെയ്യും. കാട്ടിലെ മണ്ണിനു ഫലപുഷ്ടി കൂടുന്നത് ഇതുകൊണ്ടാണ്."

"കാടൊരു അത്ഭുതം തന്നെ" അനഘ ആത്മാർത്ഥമായി ത്തന്നെ പറഞ്ഞു. മടക്കയാത്രയിലുടനീളം അഭിയുടെയും സജിയുടെയും മനസ്സുരുവിട്ടത് അതു തന്നെയായിരുന്നു. "കാടൊരു അത്ഭുതം തന്നെ."

ഏഴ്

വിശാലമായ നദിയുടെ തീരത്ത് പുല്ലാഞ്ഞിപ്പടർപ്പുകൾ തീർത്ത പ്രകൃതിക്കൂടാരത്തിനു കീഴിൽ അവരിരുന്നു. രാജീവ് മാമനും നാലു കുട്ടികളും അമ്മയും. ചിരപരിചയത്താൽ ചോമനെയും അവരോടൊപ്പം പോകുന്നതിന് മൂപ്പൻ അനുവദിച്ചിരുന്നു. നദീതീരത്തെ വൃക്ഷത്തിന്റെ തടിച്ച വേരിൽ ചോമൻ കുത്തിയിരുന്നു. തൊട്ടപ്പുറത്ത് ഒരു പാറപ്പുറത്ത് അമ്മയും ഒരു ചാഞ്ഞ മരക്കൊമ്പിൽ മറ്റുള്ളവരും. പുഴയിൽനിന്നു വീശുന്ന തണുത്ത കാറ്റ് അവർക്ക് ഉന്മേഷമേകിക്കൊണ്ടിരുന്നു. നിഷ്കളങ്കമായ ശാന്തതയോടെ പുഴ ഒഴുകിക്കൊണ്ടേയിരുന്നു.

"എന്തു രസാ ഈ പുഴ കാണാൻ! സത്യം പറഞ്ഞാൽ ഇറങ്ങി കുളിക്കാൻ തോന്നുന്നു. നദികൾ കൊണ്ട് എന്തെല്ലാം ഉപയോഗങ്ങളുണ്ട് മാമാ?" അഭി ചോദിച്ചു.

"അതു പറയും മുമ്പ് ഒന്നു ചോദിക്കട്ടെ? നമ്മളെന്താ ഇത്രദൂരം നടന്ന്വന്നിട്ടും വഴിയിലെവിടെയും ഇരിക്കാതെ ഇവിടെത്തന്നെ വന്നിരുന്നത്?" മാമൻ ചോദിച്ചു.

"അത് ഇവിടം കാണാൻ നല്ല ഭംഗിയുള്ളതുകൊണ്ടും ഇവിടെയിരിക്കുമ്പോൾ നല്ല സുഖം തോന്നുന്നതുകൊണ്ടും."

"അതു തന്നെയാണ് നദിയുടെ ഒരു ഉപയോഗം. അവ പ്രകൃതിയുടെ മനോഹാരിത വർദ്ധിപ്പിക്കുന്നു. ചുറ്റുമുള്ള അന്തരീക്ഷത്തിലേക്ക് ഈർപ്പം കലർന്ന തണുത്ത വായു പ്രസരിപ്പിച്ച് അന്തരീക്ഷതാപനില കുറയ്ക്കുന്നു. ആറ്റിൽ നിന്നു

വീശുന്ന കാറ്റിന് നല്ല സുഖകരമായ തണുപ്പനുഭവപ്പെടുന്നില്ലേ?"

"ഉവ്വ്. ശരിക്കും നല്ലസുഖം. ഇവിടെ ധാരാളമായി സസ്യങ്ങൾ വളർന്നു നില്ക്കുന്നത് നദികൾ നല്കുന്ന ജലം ഉള്ളതു കൊണ്ടാവും അല്ലേ മാമാ?"

"ജലം മാത്രമല്ല മോനേ, നദി ഒലിപ്പിച്ചു കൊണ്ടുവന്ന് തീരപ്രദേശങ്ങളിൽ നിക്ഷേപിക്കുന്ന എക്കൽ മണ്ണും തീരങ്ങളിലെ ഫലപുഷ്ടിക്കും അതുവഴി നിബിഡമായ സസ്യവളർച്ചയ്ക്കും സഹായിക്കുന്നു. കൂടാതെ നദികൾ മണ്ണിലേക്ക് ജലം താണുപോകാൻ അനുവദിക്കുക വഴി, സമീപ പ്രദേശങ്ങളിലെ കിണറുകളിലെ ജലനിരപ്പ് നിലനിർത്തുകയും ചെയ്യുന്നു."

"അതാതാ നോക്കു നോക്കു ഒരു മീൻ വെള്ളത്തിനു മുകളിലേക്ക് കുതിച്ചു ചാടുന്നു. നദികളിൽ ധാരാളം മീനുകൾ ഉണ്ടാവുമല്ലേ?" അനഘ ഉത്സാഹത്തോടെ പറഞ്ഞു.

"മീനുകൾ മാത്രമല്ല, ചീങ്കണ്ണി, നീർന്നായ, മുതല, ആമ എന്നിവയുടെയും ആവാസസ്ഥാനമാണ് നദികൾ. നദികളെ ആശ്രയിച്ചു ജീവിക്കുന്ന നീർക്കാക്ക പോലുള്ള ചില ജലപക്ഷികളുമുണ്ട്.. കൂടാതെ നദീ തടങ്ങളിലെ സമൃദ്ധമായ സസ്യജാലത്തെ ആവാസമാക്കുന്ന ജീവികളുമുണ്ട്." കുട്ടികൾ നദീതീരത്തെ സസ്യങ്ങൾക്കിടയിൽ ജീവികളെ തിരഞ്ഞു. അപ്പോഴേക്കും കരുണേട്ടൻ വഞ്ചി തുഴഞ്ഞു വരുന്നത് കണ്ടു. വെള്ളത്തിൽ ആഞ്ഞു പതിക്കുന്ന തുഴയുടെ തുമ്പിൽ തട്ടി വെള്ളത്തുള്ളികൾ തെറിക്കുന്നത് കുട്ടികൾ കൗതുകത്തോടെ നോക്കി.

വഞ്ചിയടുപ്പിച്ചുകൊണ്ട് കരുണേട്ടൻ പറഞ്ഞു "കേറിയാട്ടെ" എല്ലാവരും വള്ളത്തിൽ കയറി. വള്ളം മെല്ലെ നീങ്ങിയപ്പോൾ കുട്ടികൾക്ക് രസം കയറി.

"എന്തു രസാ വള്ളത്തിൽ പോകാൻ! അങ്ങ് അമേരിക്ക വരെ ഇതീ പോകാൻ പറ്റിയെങ്കിൽ നന്നായിരുന്നു." അഭി പറഞ്ഞു. എല്ലാവരും ചിരിച്ചു.

"അമേരിക്കയിലൊന്നും ഇതിൽ പോകാൻ പറ്റീല്ലേലും പണ്ട് നമ്മുടെ നദികളിലൂടെ ജലഗതാഗതം ഉണ്ടായിരുന്നു. തടികളും ചില ചരക്കുകളും ഒരിടത്തു നിന്ന് മറ്റൊരിടത്തേക്ക് കൊണ്ടു പോയിരുന്നതും നദികളിലൂടെയായിരുന്നു." കരുണേട്ടൻ പറഞ്ഞു. നീലിച്ച ജലവിതാനത്തിലൂടെ വഞ്ചി മുന്നോട്ടു

പൊയ്ക്കൊണ്ടിരുന്നു.

"അന്ന് നമ്മൾ അരുവിയിൽ അണകെട്ടിയതു പോലെ ഈ നദിയിലെ വെള്ളം മുഴുവൻ കെട്ടി നിർത്തിയാൽ എന്തോരം കാണും അല്ലേ ചേച്ചീ."അഭി പറഞ്ഞു.

"ശര്യാ" അനഘ സമ്മതിച്ചു.

"നദികളിലെ വെള്ളം കെട്ടി നിർത്താനായി ഡാമുകളും ചെക്ക് ഡാമുകളും മറ്റും നിർമ്മിക്കാറുണ്ട്. വെള്ളം കെട്ടി നിർത്തി ആവശ്യാനുസരണം ജലസേചനത്തിനായും കുടി വെള്ള പദ്ധതികൾക്കായും മറ്റും ഉപയോഗിക്കാറുണ്ട്. കൂടാതെ ചില അണക്കെട്ടുകൾ ജലവൈദ്യുത പദ്ധതികൾ ആയും പ്രയോജനപ്പെടുത്തുന്നുണ്ട്."

"ജല വൈദ്യുത പദ്ധതികളെന്നു വച്ചാൽ?"

"കെട്ടി നിർത്തിയ ജലം തുറന്നു വിട്ട് അതിന്റെ ശക്തിയിൽ ടർബൈൻ കറക്കി വൈദ്യുതി ഉല്പാദിപ്പിക്കുന്ന പദ്ധതിയാണ് ജലവൈദ്യുത പദ്ധതി."

"പ്രസിദ്ധമായ പല പുരാതന നാഗരികതകളും നദീതട ത്തിലാണ് ഉണ്ടായത്. സിന്ധു നദീതട സംസ്കാരം, ഇന്ത്യയിലെ സിന്ധു നദീതടത്തിലും മെസപ്പൊട്ടേമിയൻ സംസ്കാരം യൂഫ്രട്ടീസ് ടൈഗ്രിസ് നദീതടങ്ങളിലും, ഈജിപ്ഷ്യൻ സംസ്കാരം നൈൽ നദീതീരത്തിലുമാണ് നിലനിന്നിരുന്നത് " സജി താൻ പഠിച്ചത് സമയോചിതമായി കുട്ടികൾക്ക് പറഞ്ഞു കൊടുത്തത് രാജീവിന് ഇഷ്ടമായി.

"കേരളത്തിൽ എത്ര നദികളുണ്ടെന്നറിയാമോ?" രാജീവ് മാമൻ ചോദിച്ചു.

"അറിയാം 44. അതിൽ കിഴക്കോട്ട് ഒഴുകുന്നവ മൂന്നും പടിഞ്ഞാറോട്ട് ഒഴുകുന്നവ നാല്പത്തി ഒന്നും" സജി അഭിമാനത്തോടെ പറഞ്ഞു.

"കേരളത്തിലെ നദികളാണ് കേരളത്തിന്റെ സമൃദ്ധിക്കു കാരണം. നനവു പകർന്നും പച്ചപ്പു വളർത്തിയും പ്രകൃതിഭംഗി ഏറ്റിയും ജലോത്സവങ്ങൾക്കു അരങ്ങൊരുക്കിയും ടൂറിസ്റ്റുകളെ കേരളത്തിലേക്ക് ആകർഷിച്ചു നിർത്തുന്നതിൽ പ്രധാന പങ്കുവഹിക്കുന്നു നദികൾ."

"കേരളത്തിലെ വിനോദരംഗത്തും നദികൾക്കു പ്രാധാ ന്യമുണ്ട്. പ്രസിദ്ധമായ ആറന്മുള വള്ളം കളി അരങ്ങേറുന്നത് പമ്പയാറ്റിലാണ്" സജി കുട്ടികൾക്കു പറഞ്ഞു കൊടുത്തു.

“കാണാൻ തന്നെ എന്തു രസാണ് ഈ പുഴകൾ” അനഘ പറഞ്ഞു.

“പക്ഷേ, നദികളിൽ മിക്കതും ഇന്നു മരിച്ചു കൊണ്ടിരിക്കുകയാണ്. നദിയുടെ ഉത്ഭവസ്ഥാനത്തിനടുത്തുള്ള വൃഷ്ടി പ്രദേശങ്ങളിൽ മഴ കുറയുന്നത്, വനങ്ങൾ നശിക്കുന്നത്, നദിയിൽ നിന്നുള്ള മണൽഖനനം, നീർച്ചാലുകളും അരുവികളും മറ്റു ജലസ്രോതസ്സുകളും മണ്ണിട്ടു നികഴ്ത്തുന്നത്, ഫാക്ടറി മാലിന്യങ്ങളുൾപ്പെടെയുള്ള മാലിന്യങ്ങൾ നദിയിലേക്ക് തള്ളുന്നത്, നദീതടങ്ങളിൽ സസ്യങ്ങൾ കുറയുന്നതിനാൽ മണ്ണൊലിപ്പുണ്ടായി നദീപ്രവാഹം കുറയുന്നത്, ഡാമുകളും ചെക്ക് ഡാമുകളും നിർമ്മിക്കുന്നത്, ഒക്കെ നദികൾ നശിക്കുന്നതിന് ഇടയാക്കുന്നു.”

“മാമാ ജലസംരക്ഷണവുമായി ബന്ധപ്പെട്ട് ഞങ്ങളുടെ സ്കൂളിൽ സെമിനാർ നടത്തിയപ്പോൾ അതിൽ പറഞ്ഞത് കേരളത്തിലെ നദികളിൽ പലതും നാശത്തിന്റെ വക്കിലാണെന്നാണ്. കേരളത്തിലെ ഏറ്റവും വലിയ നദിയായിരുന്ന ഭാരതപ്പുഴ മണൽഖനനം നിമിത്തം വെള്ളം വറ്റി വെറും മൺപരപ്പായപ്പോൾ, ഏറ്റവും നീളം കൂടിയ നദിയായ പെരിയാർ മാലിന്യങ്ങൾ ഒഴുകിപ്പരന്ന് മലിനമായിത്തീർന്നു. കേരളത്തിലെ പലനദികളും ഇന്ന് മലിനമാണ്. പമ്പയാറ്റിലും വെള്ളം കുറയുന്നുവത്രെ.”സജി പറഞ്ഞു

“ഏങ്കള കാടു നശിപ്പിച്ചിട്ടാ ആറ്റിലെ വെള്ളം വറ്റണത്” ചോമൻ തെല്ലു ഖേദത്തോടെ പറഞ്ഞു.

വനനശീകരണത്തിന്റെ ദുരന്തഫലം നേരിൽ കാണുന്നതിന്റെ ഒരു ആശങ്ക അവന്റെ മുഖത്തുണ്ടായിരുന്നു. അവന്റെ ഊരിലുള്ളവർ പറഞ്ഞു കേട്ട കഥകളിലൂടെ പണ്ടത്തെ കാടിന്റെയും കാട്ടാറിന്റെയും അവസ്ഥയും ഇപ്പോഴത്തെ അവസ്ഥയും തമ്മിലുള്ള വ്യത്യാസം അവൻ തിരിച്ചറിഞ്ഞിരുന്നു. ചോമന്റെ അഭിപ്രായം എല്ലാവരും ശരി വച്ചു.

“കഷ്ടാണ് ഈ മനുഷ്യരുടെ കാര്യം കേട്ടോ മാമാ. എത്ര നല്ല പ്രകൃതിയെയാ ഇവർ നശിപ്പിച്ചു കളയുന്നത്!” അനഘ അരിശപ്പെട്ടു.

‘‘ഇവ മാത്രമല്ല തണ്ണീർത്തടങ്ങളും വൻതോതിൽ നശിപ്പിക്കപ്പെട്ടു കൊണ്ടിരിക്കുകയാണ്.”

“തണ്ണീർത്തടങ്ങൾ എന്നു വച്ചാൽ എന്താ മാമാ?” അഭി

ചോദിച്ചു.

"വർഷത്തിൽ മിക്കസമയത്തും പൂർണ്ണമായോ ഭാഗികമായോ വെള്ളം കെട്ടിക്കിടക്കുന്ന ഇടങ്ങളാണ് തണ്ണീർത്തടങ്ങൾ. നദീതടങ്ങൾ, കായലോരങ്ങൾ, ചതുപ്പുനിലങ്ങൾ എന്നിവയെല്ലാം തണ്ണീർത്തടങ്ങളിൽ ഉൾപ്പെടുന്നു."

"തണ്ണീർത്തടങ്ങൾകൊണ്ട് എന്തെങ്കിലും പ്രയോജനമുണ്ടോ മാമാ?"

"തണ്ണീർത്തടങ്ങൾ മനുഷ്യർക്കു വേണ്ടി ചെയ്യുന്ന സേവനങ്ങൾ നിരവധിയാണ്. അവ ജലം എത്തിക്കുകയും ശുദ്ധീകരിക്കുകയും ശേഖരിക്കുകയും ചെയ്യുന്നതിലൂടെ ഭൂഗർഭജല സംരക്ഷണത്തിനും ശുദ്ധജലലഭ്യത ഉറപ്പാക്കുന്നതിനും സഹായിക്കുന്നു. ജൈവവൈവിദ്ധ്യകലവറയായ ഇവ ഭക്ഷ്യലഭ്യതയ്ക്കും വെള്ളപ്പൊക്ക നിയന്ത്രണത്തിനും സഹായകമാണ്."

"തണ്ണീർത്തടങ്ങൾ എങ്ങനെയാണ് മാമാ നശിപ്പിക്കപ്പെടുന്നത്?"

"വിവിധ ആവശ്യങ്ങൾക്കായി തണ്ണീർത്തടങ്ങളിൽ നല്ലൊരു ഭാഗവും മണ്ണിട്ടു നികത്തിക്കഴിഞ്ഞു. അവശേഷിക്കുന്നവയാകട്ടെ നാശത്തിന്റെ വക്കിലുമാണ്. മാലിന്യങ്ങൾ നിക്ഷേപിച്ചും മറ്റും മനുഷ്യർ അവയെ നിരന്തരം നശിപ്പിച്ചുകൊണ്ടിരിക്കുന്നു."

ദൂരെ ദൃശ്യമായ കുന്നുകളിലേക്ക് ദൃഷ്ടി പായിച്ചുകൊണ്ട് അമ്മ പറഞ്ഞു

''നമുക്ക് ആ കുന്നിൻമുകളിലൊന്നു പോയാലോ. മലകയറുന്നതിന്റെ സുഖം ഇവർക്കും മനസ്സിലാകണമല്ലോ?" അമ്മ ആഗ്രഹം പ്രകടിപ്പിച്ചു.

"പോകാം ഇന്നുവേണ്ട. ഇനിയൊരു ദിവസം. ആകട്ടെ. നോക്കു സജി അന്ന് കുന്നുകളെക്കുറിച്ച് പറഞ്ഞുകൊടുക്കുന്നതു മുഴുവൻ നീയായിരിക്കും" മാമൻ സജിയെ പറഞ്ഞേല്പിച്ചു.

പുഴയിൽ ആഴം കുറഞ്ഞ ഭാഗത്തെത്തിയപ്പോൾ കരുണേട്ടൻ പറഞ്ഞു.

"ഇവിടെ വേണമെങ്കിൽ കുളിക്കേണ്ടവർക്ക് കുളിക്കാം. ആഴം കുറവാണ്." കുട്ടികൾ അനുമതിക്കായെന്നപോലെ മാമനെയും അമ്മയെയും നോക്കി. വേണമെങ്കിൽ കുളിച്ചോളു

ഞാൻ തോർത്തു കൊണ്ടു വന്നിട്ടുണ്ട്" അമ്മ പറഞ്ഞു. അമ്മയുടെ കൈയിൽ കരുതിയ പൊതിയിൽ ഭക്ഷണം മാത്രമല്ലായിരുന്നുവെന്ന് കുട്ടികൾ അറിഞ്ഞത് അപ്പോഴാണ്. ഇത്തരമൊരു അവസരം ഉണ്ടാകുമെന്നു മുൻകൂട്ടി കണ്ടിരുന്ന പോലെയാണ് അമ്മ പ്രവർത്തിച്ചത്. അനുമതി കിട്ടാത്ത താമസം ചോമൻ വെള്ളത്തിലേക്കു കുതിച്ചു. വെള്ളത്തിൽ ഒരു പരൽമീനെപ്പോലെ അവൻ നീന്താൻ തുടങ്ങി. കാട്ടാറിലെ സ്ഥിരം കുളി അവനെ നല്ലൊരു നീന്തൽക്കാരനാക്കിയിരുന്നു. സാമാന്യ മര്യാദ ഓർത്തു മാത്രമാണ് അവൻ അനുമതി കൂടാതെ വെള്ളത്തിലേക്കിറങ്ങാതിരുന്നതെന്ന് എല്ലാവർക്കും മനസ്സിലായി. അവർക്ക് അവനോടു മതിപ്പു തോന്നി. വെള്ളത്തിൽ മുങ്ങിനിവർന്ന് അവൻ കൂട്ടുകാരെ വിളിച്ചു "ഇറങ്ങി വാ."

സജി വേഗം തന്നെ വെള്ളത്തിലേക്കു ചാടി. പിന്നാലെ അനഘയും. മടിച്ചുനിന്ന അഭിയെ സജി വെള്ളത്തിലേക്ക് ഇറങ്ങാൻ സഹായിച്ചു. വെള്ളം തെറിപ്പിച്ചും നുരചിതറിച്ചും കുട്ടികൾ കുളിക്കുന്നത് അമ്മയും മാമനും നോക്കിനിന്നു. ബാല്യത്തിലെ ജലകേളികൾ അവരുടെ ഓർമ്മകളിൽ മിന്നി മറഞ്ഞു.. പുഴയിൽ കുറെയേറെ നേരം കളിച്ചു കഴിഞ്ഞപ്പോൾ അവരോടു കരയ്ക്കു കയറാൻ അമ്മ ആവശ്യപ്പെട്ടു. മടിയോടെയാണെങ്കിലും കുട്ടികൾ അനുസരിച്ചു.

"വാട്ടർ തീം പാർക്കിനേക്കാളും സ്വിമ്മിങ് പൂളിനേക്കാളും സുഖമുണ്ട് ഇവിടെ കുളിക്കാൻ അല്ലേ?" അഭി ചോദിച്ചു. ആ പറഞ്ഞതു രണ്ടും എന്താണെന്ന് ചോമനു മനസ്സിലായില്ല. അവന്റെ ലോകത്ത് നൈസർഗ്ഗികമായ ജലസ്രോതസ്സുകളേയുള്ളു. കൃത്രിമത്വമില്ലാത്ത, മാലിന്യങ്ങളില്ലാത്ത ജലസ്രോതസ്സുകൾ. അവിടെ അവനു കളിക്കാം, കുളിക്കാം, യഥേഷ്ടം അവയിലെ ജലം കുടിക്കാം. ശുദ്ധമാണത്, സ്വച്ഛവും.

"ശരിയാ നല്ല തണുപ്പ്." കരയ്ക്കു കയറിനിന്നു വിറയ്ക്കുകയായിരുന്ന അനഘ ശരി വച്ചു.

"ഇങ്ങോട്ടു വന്നേ ചേച്ചീ ഈ വെയിലത്തുനിന്നേ നല്ല സുഖം" അഭി ക്ഷണിച്ചു. കുളി കഴിഞ്ഞ് വെയിൽ കായാനൊരുങ്ങുകയാണവൻ. അനഘ അങ്ങോട്ടോടി. പിന്നാലെ മറ്റുള്ളവരും. അപ്പോഴേക്കും നദീതിരത്തെ മണൽപ്പരപ്പിൽ ഷീറ്റു വിരിച്ച് അമ്മ ഭക്ഷണം വിളമ്പിക്കഴിഞ്ഞു. ആഹാരത്തിനുശേഷം മടക്കയാത്ര. കുട്ടികൾ അതു മനം കുളിർക്കെ ആസ്വദിച്ചു.

എട്ട്

അനഘ ഓർക്കുകയായിരുന്നു. കുന്നിനു മുകളിൽ വെയിലുറഞ്ഞ ഒരു സായാഹ്നം. അന്ന് അവിടെ എത്തിയപ്പോൾ വല്ലാതെ തളർന്നിരുന്നുവെങ്കിലും എന്തൊരു രസകരമായ കാഴ്ചയായിരുന്നു. ആദ്യമൊക്കെ ഉത്സാഹത്തോടെ ഓടി നടന്ന തങ്ങൾ കുന്നിനു മുകളിലേക്ക് കയറുന്തോറും തളർന്നു. അമ്മയുടെ കാര്യമായിരുന്നു കഷ്ടം. അമ്മ വല്ലാതെ കിതച്ചിരുന്നു. ഉയരങ്ങളിലേക്കു പോകുന്തോറും ഓക്സിജന്റെ അളവു കുറയുന്നതുകൊണ്ടാണ് എളുപ്പത്തിൽ ക്ഷീണിക്കുന്നതും എന്ന് രാജീവ് മാമൻ പറഞ്ഞുതന്നു. ഇടയ്ക്ക് മാമൻ മലകയറാൻ അമ്മയെ സഹായിക്കുകയും ചെയ്തു. മലമുകളിലെത്തി താഴേക്കു നോക്കിയപ്പോൾ കയറിവന്ന വഴിയെല്ലാം ഏറെ ചെറുതായിത്തോന്നിയിരുന്നു. ആകാശത്തിന് എത്ര അടുത്താണ് തങ്ങൾ എന്നപ്പോൾ തോന്നി. ദൂരെ സസ്യങ്ങളുടെ പച്ചപ്പിലേക്ക് നീളുന്ന കുന്നിൻ ചെരിവിൽ പലയിടത്തും സസ്യാവരണം മാറി മൊട്ടയായി മാറിയ ഭാഗങ്ങൾ. താഴ്‌വാരമാകെ പച്ചപ്പായിരുന്നുവെങ്കിൽ എത്ര നന്നായിരുന്നു എന്നു തോന്നിപ്പോയി. ഒരു നിമിഷം കണ്ണടച്ച് സങ്കല്പങ്ങളിലൂടെ പച്ച പുതച്ച കുന്നിന്റെ രൂപ സൗകുമാര്യം നുകർന്ന സമയത്ത് രാജീവ് മാമൻ പറഞ്ഞു.

“ഈ കുന്നിനു മുകളിൽ നിറയെ സസ്യങ്ങളുണ്ടായിരുന്ന ഒരു കാലമുണ്ടായിരുന്നു. താഴ്‌വാരങ്ങളിലേക്കു പരന്നിറങ്ങുന്ന

പുൽമേടുകളുണ്ടായിരുന്നു. മലമടക്കുകളിൽ ചോലവനങ്ങളുണ്ടായിരുന്നു. ഇപ്പോൾ നോക്കു. മണ്ണിന്റെ സസ്യാവരണം മിക്കവാറും നശിച്ചുകഴിഞ്ഞു.”

“ഇത് വളരെ അപകടകരമാണ് മാമാ. പുൽമേടുകളും ചോലവനങ്ങളും കുന്നുകളിൽ ജലം പിടിച്ചു നിർത്തുന്നതിനും സംഭരിക്കുന്നതിനും സഹായിക്കുന്നവയാണ്. ആ സസ്യാവരണം നഷ്ടപ്പെടുന്നതോടെ കുന്നുകളുടെ ജലസംഭരണ ശേഷി കുറയുന്നുവെന്നു മാത്രമല്ല, ശക്തിയായി പെയ്തു വീഴുന്ന മഴവെള്ള ത്തിൽപെട്ട് കുന്നുകളിലെ മണ്ണ് താഴ്വാരത്തിലേക്ക് കുത്തിയൊലിച്ചു പോകുകയും ചെയ്യും. ഇത്തരത്തിൽ ഒലിച്ചെത്തുന്ന മണ്ണ് ജലസ്രോതസ്സുകളിലടിഞ്ഞ് അവയുടെ ആഴം കുറയുന്നതിനു കാരണമായിത്തീരും. അങ്ങനെ അവയുടെ ജലസംഭരണശേഷിയും ജലവാഹകശേഷിയും കുറയുകയും ചെയ്യും. കുന്നുകളുടെ ജലാഗിരണശേഷി കുറയുന്നതിനാൽ ഉറവുകൾ ഉണ്ടാകാനുള്ള സാദ്ധ്യതയും കുറയും. പണ്ടൊക്കെ മലഞ്ചെരിവുകളിൽ കാണപ്പെടുമായിരുന്ന ഉറവകളും ഊറ്റുകുഴികളും ഇല്ലാതായത് അതുകൊണ്ടാണ്” സജിയേട്ടൻ തന്റെ അറിവു പങ്കു വച്ചു. താൻ ഏല്പിച്ച കൃത്യം അവൻ ഭംഗിയായി നിർവ്വഹിക്കുന്നതു കണ്ടപ്പോൾ രാജീവ് മാമനു സന്തോഷമായി.

“ശരിയാണു സജി. ഇനി എന്തൊക്കെയാണ് നിനക്കു കുന്നുകളെക്കുറിച്ച് അറിയാവുന്നത്?”

സജിയേട്ടൻ തുടർന്നു: “ലോകജനതയിൽ പകുതിയോളം ജലത്തിനുവേണ്ടി ഉപയോഗിക്കുന്നത് മലകളിൽനിന്നുള്ള ജലപ്രവാഹങ്ങളെയാണ് ഏകദേശം 20 കോടിയോളം ജനങ്ങൾ ആഹാരത്തിനായി മലനിരകളെ ആശ്രയിക്കുന്നുണ്ട്. കൃഷി, വിഭവലഭ്യത, കാലാവസ്ഥാ നിയന്ത്രണം, ജലപരിവൃത്തി, ജലലഭ്യത, വിനോദസഞ്ചാരം, ജൈവവൈവിദ്ധ്യ സംരക്ഷണം എന്നീ മേഖലകളിൽ കുന്നുകളും മലനിരകളും പ്രാധാന്യമുള്ളവയാണ്.”

“ഈ കുന്നിന്റെ മുകളിൽ നില്ക്കുമ്പോൾ ചുറ്റും ഒരുപാടു ദൂരം കാണാം. അമ്മേ നോക്ക്യേ” അഭി. ചുറ്റുപാടും കണ്ണോടിച്ചു കൊണ്ടു പറഞ്ഞു. ദൂരെ വിശാലമായ ഒരു ഭൂഭാഗം മുഴുവൻ അവിടെ നിന്നാൽ ദൃശ്യമായിരുന്നു കണ്ണോടിക്കുന്നേടത്തെല്ലാം പ്രകൃതി ശോഷണത്തിന്റെ ദൃശ്യങ്ങൾ കാണാമായിരുന്നു പൊട്ടിച്ചു തീർത്ത പാറക്കെട്ടുകളുടെ അവശിഷ്ടങ്ങളും ഇടിച്ചു നിരത്തി

ത്തുടങ്ങിയ കുന്നിന്റെ ഭാഗങ്ങളും ഒക്കെയായി. കുന്നിന്റെ നിശ്വാസം പോലെ ഒരു തളർന്ന കാറ്റ് ഓടി വന്നു തഴുകിക്കൊണ്ടിരുന്നു.

“കേരളത്തിലെ കുന്നുകളിൽ മിക്കതും ഇടിച്ചു നിരത്തിക്കൊണ്ടിരിക്കുകയാണ്. അതിന്റേതായ പരിസ്ഥിതി പ്രശ്നങ്ങളും നാം അനുഭവിക്കുന്നുണ്ട് കാലാവസ്ഥയിലെ വ്യതിയാനവും മഴക്കുറവും ജലദൗർലഭ്യവും എല്ലാം അതിന്റെ ഫലമായി ഉണ്ടാകുന്നുണ്ട്.” രാജീവ് മാമൻ പറഞ്ഞുതന്നു.

“ഇത്തരത്തിൽ നശിപ്പിക്കപ്പെട്ട കുന്നിനെയോ കാടിനെയോ തണ്ണീർത്തടങ്ങളെയോ നദിയെയോ വീണ്ടും പഴയതുപോലെയാക്കാൻ ആരെങ്കിലും ശ്രമിക്കുമോ അതില്ല. പണ്ടത്തെ പ്രകൃതിയുടെ സ്വച്ഛതയിൽ വളർന്നവർപോലും പ്രകൃതിയുടെ സംരക്ഷണത്തിനു ശ്രമിക്കുന്നില്ല എന്നതു പരിതാപകരമാണ്” അമ്മയുടെ സ്വരത്തിലെ രോഷം എല്ലാവർക്കും മനസ്സിലായിരുന്നു.

സന്ധ്യക്ക് കുന്നിറങ്ങി പോരുമ്പോഴും കുന്നുകളുടെ കഷ്ടാവസ്ഥയോർത്ത് മനസ്സു വല്ലാതെ നൊമ്പരപ്പെട്ടിരുന്നു. ഈ ഭൂമിയെ രക്ഷിക്കാൻ തന്നാലാകുന്നത് എന്തെങ്കിലും ചെയ്യേണ്ടതുണ്ടെന്ന തോന്നൽ മനസ്സിൽ ശക്തി പ്രാപിച്ചു വരുന്നു. അച്ഛൻ അറിയാനാഗ്രഹിച്ച നാടിന്റെ വിശേഷങ്ങൾ. ഒട്ടും സന്തോഷകരമല്ലെന്ന് അച്ഛനോട് പറയേണ്ട അവസ്ഥ തന്നെ വല്ലാതെ അസ്വസ്ഥയാക്കുന്നുവെന്ന് അവൾ തിരിച്ചറിഞ്ഞു.

രാത്രി ഏറെയായിട്ടും ഉറങ്ങാതെ അനഘ എന്തൊക്കെയോ കുത്തിക്കുറിക്കുന്നത് കണ്ടിട്ടാണ് മാമൻ അടുത്തേക്ക് ചെന്നത്: “എന്താ മോളേ എഴുതുന്നത്? ഉറങ്ങാറായില്ലേ?” മാമൻ പുഞ്ചിരിയോടെ ചോദിച്ചു.

“ഇവിടെ വന്ന ശേഷം കണ്ടതിനെയും അറിഞ്ഞതിനെയുമെല്ലാം കുറിച്ച് അച്ഛന് കത്തെഴുതുകയാണ് മാമാ” അവളത് അയാൾക്കു നേരെ നീട്ടി. അയാളതു വായിച്ചു.

പ്രിയപ്പെട്ട അച്ഛന്,

ഇവിടെവന്ന ശേഷം ഒരുപാടു കാര്യങ്ങൾ കാണാനും അറിയാനും സാധിച്ചു. അച്ഛൻ പറഞ്ഞതുപോലെ മനോഹരമായ ഒരു പ്രകൃതിയും സംസ്കാരവും ഇവിടെ നിലനിന്നിരുന്നതായി മനസ്സിലാക്കാൻ സാധിച്ചു. അച്ഛൻ ഈ നാടിനെ സ്നേഹിച്ചു പോയതിൽ അത്ഭുതമില്ല. ഇവിടെ കാടും നദിയും വയലും കാവുകളും കുന്നുകളും പുൽമേടുകളും തണ്ണീർത്തടങ്ങളും എല്ലാം ചേർന്ന

സുന്ദരവും സന്തുലിതവും സ്വച്ഛവുമായ പ്രകൃതി തന്നെയായിരുന്നു നിലനിന്നിരുന്നത്. പ്രകൃതിക്കു കോട്ടം വരാത്ത കൃഷിരീതികളും ജീവിതരീതികളുംകൊണ്ട് പ്രകൃതി സംരക്ഷിക്കപ്പെട്ടിരുന്നു. ശുദ്ധ വായുവും ശുദ്ധജലവും ശുദ്ധഭക്ഷണവും ശുദ്ധമായ പ്രകൃതിയും ഇവിടത്തെ പ്രത്യേകതകളായിരുന്നു. ഇപ്പോഴതൊക്കെ മാറി മനുഷ്യന്റെ ആർത്തിയും വിവേകമില്ലായ്മയും പ്രകൃതിയെ നശിപ്പിച്ചുകൊണ്ടിരുന്നു. കുന്നുകളിടിച്ചു നിരത്തിയും വയൽ മണ്ണിട്ടു നികത്തിയും വനം വെട്ടി നശിപ്പിച്ചും നദികളിൽനിന്നു മണൽ വാരിയും. ജലസ്രോതസ്സുകൾ മലിനമാക്കിയും മനുഷ്യർ പ്രകൃതിയെ നശിപ്പിക്കുന്നു കാട്ടുതീ പടർത്തി മണ്ണും വായുവും ജലവും മലിനമാക്കുന്നു. കാലാവസ്ഥയെ തകിടംമറിക്കുന്നു. ഇവിടെ ജലക്ഷാമവും വരൾച്ചയും പതിവാണ്. എന്നിട്ടും പ്രകൃതിയെ സംരക്ഷിക്കാനുള്ള ശ്രമങ്ങൾ കുറവാണ്. എങ്കിലും ബാക്കി നില്ക്കുന്ന മനോഹരമായ പ്രകൃതി ഞങ്ങളെ വളരെ ആകർഷിച്ചു. എന്നെയും അഭിയെയും. മനുഷ്യരെപ്പോലെ എല്ലാ ജീവജാലങ്ങളും പ്രകൃതിയുടെ നിലനില്പിന് ഏറെ അവശ്യ ഘടകങ്ങളാണെന്നും ഓരോ ജീവിക്കും മനുഷ്യനെപ്പോലെത്തന്നെ ഭൂമിയിൽ ജീവിക്കാൻ സ്വാതന്ത്ര്യവും അവകാശവും ഉണ്ടെന്നും ഞങ്ങൾ പഠിച്ചു. ഇവിടെ ഞങ്ങൾക്ക് ഒരു ആദിവാസി കൂട്ടുകാരനുണ്ട്. പ്രകൃതിയെ സ്വന്തം പോലെ സ്നേഹിക്കുന്ന ഗോത്രവർഗ്ഗത്തിന്റെ സന്തതി. നിഷ്കളങ്കമായ മനസ്സോടെ അവനെയും അവന്റെ ആൾക്കാരെയും പോലെ എല്ലാവരും പ്രകൃതിയെ സ്നേഹിച്ചിരുന്നുവെങ്കിൽ എന്നു ഞാൻ ആഗ്രഹിക്കുന്നു.. അനുഭവിക്കാൻ കഴിഞ്ഞ പ്രകൃതിയെ സ്നേഹിക്കാനും സംരക്ഷിക്കാനും ആഗ്രഹിക്കുന്നു. പക്ഷേ, എങ്ങനെ എന്നറിയില്ല.

സ്നേഹപൂർവ്വം

അച്ഛന്റെ മോളൂട്ടി

“ഇതെന്തിനാ മോളേ എഴുതുന്നത്? അച്ഛൻ ഫോണിൽ വിളിക്കുമ്പോൾ പറഞ്ഞാൽ പോരേ?”

“പോര മാമാ. അച്ഛന് എനിക്കു പറയാനുള്ളതു മുഴുവൻ കേൾക്കാനുള്ള സമയമുണ്ടാകില്ല. അച്ഛന് എപ്പോഴും തിരക്കാണ്. എല്ലാം എഴുതി അയച്ചാൽ അച്ഛന് സമയംപോലെ വായിക്കാമല്ലോ? നാളെത്തന്നെ ഇതൊന്ന് മെയിലു ചെയ്തേക്കണേ മാമാ ഞാൻ ഉറങ്ങാൻ പോകുന്നു. ഗുഡ്നൈറ്റ്.” അനഘ കൊതുകു

വലയ്ക്കുള്ളിലേക്ക് നുഴഞ്ഞു കയറിക്കഴിഞ്ഞു. അല്പനേരം എന്തോ ആലോചിച്ചുനിന്നശേഷം മാമൻ തിരിഞ്ഞു നടന്നു.

പിറ്റേന്ന് സ്കാൻ ചെയ്തയച്ച അനഘയുടെ കത്തിനു മറുപടിയെന്നോണം വൈകിട്ട് അച്ഛൻ ഫോണിൽ വിളിച്ചു. അച്ഛന്റെ ശബ്ദം കേട്ടപാടെ അനഘ പറഞ്ഞു.

"അച്ഛാ അച്ഛൻ മനസ്സിൽ സൂക്ഷിക്കുന്ന നാടിന്റെ ചിത്രവുമായി ഒരു സാമ്യവുമില്ല ഇപ്പോഴത്തെ നാടിന്. അച്ഛൻ പറഞ്ഞുകേട്ട അറിവുകൊണ്ട് ഞങ്ങൾ പ്രതീക്ഷിച്ചതിൽ ഏറെയും ഇപ്പോൾ മാറിമറിഞ്ഞിരിക്കുന്നു."

"ഇഷ്ടപ്പെടാനാവുന്നില്ലേ മോളേ അച്ഛന്റെയും അമ്മയുടെയും നാടിനെ?" തികച്ചും ശാന്തമായ അച്ഛന്റെ സ്വരം അവളെ തെല്ലു ശാന്തയാക്കി.

"ഈ നാടിനെ ഇഷ്ടപ്പെടുന്നതുകൊണ്ടാണ് അച്ഛാ ഞാനിതു പറയുന്നത്. അമ്മയും അച്ഛനും മാമനുമൊക്കെ പറയുന്ന രീതിയിലുള്ള നമ്മുടെ പഴയ നാട് എത്ര സുന്ദരവും ആരോഗ്യകരവുമാണ്. ആ നാടിനെ തിരിച്ചുകൊണ്ടു വരാനാണ് ഞാനാഗ്രഹിക്കുന്നത്. പക്ഷേ, ഒരിക്കലും അതു നടക്കുമെന്നു തോന്നുന്നില്ല."

"അതെന്താ മോളേ നീ അങ്ങനെ പറയുന്നത്?"

"അച്ഛാ, സത്യത്തിൽ നമ്മുടെ ഭൂമിയെ മനുഷ്യർ എത്രമാത്രം നശിപ്പിക്കുന്നുവെന്ന് മനസ്സിലായത് ഇവിടെ വന്നശേഷമാണ്. ഞങ്ങൾ ഇവിടെ കണ്ടതും കേട്ടതും പഠിച്ചതുമായ കാര്യങ്ങൾ എല്ലാം അച്ഛനെ എഴുതിയറിയിച്ചപ്പോൾ അച്ഛന് വലിയ വിഷമമായില്ലേ?"

"എത്രയോ വർഷങ്ങൾക്കുശേഷം സ്വന്തം നാടിനെക്കുറിച്ചു കേൾക്കുമ്പോൾ അത് വളരെ സമൃദ്ധമായിരിക്കുന്നു എന്നു കേൾക്കാനാണ് ഞാൻ ആഗ്രഹിച്ചതെന്നത് ഉറപ്പാണ്. പക്ഷേ, മോൾ പറഞ്ഞ കാര്യങ്ങൾ കേട്ടപ്പോൾ എനിക്കും വിഷമമായി.

"പ്രകൃതിസംരക്ഷണത്തിൽ ഇവിടെയുള്ള ആളുകൾ ശ്രദ്ധവയ്ക്കേണ്ട കാലം കഴിഞ്ഞു പക്ഷേ, ആരും അതു മനസ്സിലാക്കുന്നില്ല. വനനശീകരണവും, കണ്ടൽക്കാടുകളുടെ നശീകരണവും സസ്യവൈവിദ്ധ്യങ്ങളുടെ നശീകരണവും ഒക്കെക്കൂടി അന്തരീക്ഷതാപം കൂട്ടുമ്പോൾ വാഹനങ്ങളുടെ പെരുപ്പവും അന്തരീക്ഷമലിനീകരണവും ഒക്കെക്കൂടി ആഗോളതാപനത്തിനു കാരണമാകുന്നു."

"അത്രയ്ക്ക് പ്രശ്നമാണോ മോളേ? വാസ്തവത്തിൽ ആഗോ

ളതാപനം ആ നാടിന്റെ മാത്രം പ്രശ്നമല്ല. ലോകമാസകലം അതിനെതിരായ നടപടികൾ സ്വീകരിക്കേണ്ടതാണ്. എങ്കിലും നീ പറയുന്നതു കേൾക്കുമ്പോൾ അങ്ങോട്ടു വരാനുള്ള മോഹംപോലും അസ്തമിച്ചു."

"നമ്മൾ ഓരോരുത്തരും വിചാരിച്ചാൽ നമ്മുടെ നാട് രക്ഷപ്പെടില്ലേ അച്ഛാ."

"രക്ഷപ്പെടും. പക്ഷേ, നമ്മൾ ഓരോരുത്തരും വിചാരിക്കണം. ആത്മാർത്ഥമായി പ്രവർത്തിക്കണം. കുന്നിടിച്ചും വയൽ നികത്തിയും. കാടുകൾ നശിപ്പിച്ചും നമ്മൾ ഇല്ലാതാക്കിയ ഭൂമിയുടെ നന്മകൾ നമ്മൾ തിരിച്ചു കൊണ്ടുവരണം."

"അത് സാദ്ധ്യമാണോ?"

"ഒരു പരിധിവരെ സാദ്ധ്യമാണ്. അനിവാര്യമാണ് അതേസമയം പ്രയാസകരവുമാണ്. എല്ലാവരും ഒരുമിച്ചുനിന്ന് ഏറെക്കാലം പ്രവർത്തിച്ചാൽ മാത്രമേ കുറച്ചെങ്കിലും നമ്മുടെ നാടിന്റെ തനിമ വീണ്ടെടുക്കാനാവു."

"രണ്ടാഴ്ചയ്ക്കകം അമേരിക്കയിലേക്കു തിരിച്ചുപോകുന്ന ഞങ്ങൾക്ക് ഇനിയെന്തു ചെയ്യാനാകും?" അനഘയുടെ ശബ്ദത്തിൽ നിരാശ തുളുമ്പി.

"മോൾക്ക് നാടിനു വേണ്ടിയും പരിസ്ഥിതിക്കു വേണ്ടിയും പ്രവർത്തിക്കാൻ അത്രയേറെ ഇഷ്ടമാണെങ്കിൽ തീർച്ചയായും ഒരു മാർഗ്ഗമുണ്ടാകും." അച്ഛൻ ഉറപ്പു പറഞ്ഞുവെങ്കിലും അനഘയ്ക്ക് അതെങ്ങനെയെന്നു മനസ്സിലായില്ല.

"മോളേ നീയും അഭിയും സജിയും സജിയുടെ കൂട്ടുകാരും ചോമനും അവന്റെ ആൾക്കാരും രാജീവ് മാമനും ഒക്കെക്കൂടി യായപ്പോൾ തന്നെ കുറെപ്പേരായില്ലേ? നിങ്ങൾ ഓരോരുത്തരും ശ്രമിച്ചാൽ കുറെപ്പേരെക്കൂടി നിങ്ങളുടെ വഴിക്കു വരുത്താ നാകും. അതിനായി സ്വയം പ്രവർത്തിച്ചു കാണിക്കണം." അച്ഛൻ പറഞ്ഞു. അനഘയ്ക്ക് കാര്യങ്ങൾ ബോദ്ധ്യപ്പെട്ടു തുടങ്ങി.

"ഞങ്ങൾ മാത്രമല്ല അച്ഛാ, മാമന്റെ കൂട്ടുകാർ രവിയങ്കിളും അശോക് അങ്കിളും ഒപ്പം കൂടും ഉറപ്പാ. രവിയങ്കിൾ ഞങ്ങൾ അങ്കിളിന്റെ വീട്ടിൽ ചെന്നപ്പോൾ ഞങ്ങളെക്കൊണ്ട് കണ്ടൽ ച്ചെടി നടുവിച്ചു. അങ്കിൾ കുറെ കണ്ടൽ തൈകൾ നടാനായി തയ്യാറാക്കി വച്ചിരിക്കുന്നതും കണ്ടു. അതെല്ലാം ഇപ്പോൾ നട്ടു കാണും" അവൾ ആവേശത്തോടെ പറഞ്ഞു.

"ഇപ്പോൾ മനസ്സിലായില്ലേ പ്രകൃതിക്കുവേണ്ടി പ്രവർത്തിക്കാൻ ആളെ കിട്ടുമെന്ന്? നിങ്ങൾ പ്രവർത്തിച്ചു തുടങ്ങുമ്പോൾ ഇനിയും ആളുകൾ കൂടെക്കൂടും.. ഉറപ്പ്" അച്ഛൻ പറഞ്ഞു.

"പക്ഷേ, ഞങ്ങൾ തിരിച്ചു പോകുമ്പോഴോ?" അനഘ ആശങ്കയോടെ ചോദിച്ചു.

"പ്രകൃതിക്കുവേണ്ടി എവിടെനിന്നും പ്രവർത്തിക്കാമല്ലോ. സമാധാനമായിരിക്കു. ഫോൺ അമ്മയ്ക്കു കൊടുക്കു." അദ്ദേഹം പറഞ്ഞു. അച്ഛൻ പറഞ്ഞതിനെ പൂർണ്ണമായി ഉൾക്കൊള്ളാനായില്ല അനഘയ്ക്ക്. അമ്മയ്ക്ക് ഫോൺ നല്കിയശേഷം അവൾ പുറത്തേക്കു പോയി. അച്ഛൻ പറഞ്ഞ കാര്യങ്ങൾ അഭിയോടും സജിയേട്ടനോടും പങ്കു വച്ചു. അവർക്കും ആവേശമായി.

"എന്റെ കൂട്ടുകാരെക്കൂട്ടി ഞാനൊരു പരിസ്ഥിതി ക്ലബ്ബ് തുടങ്ങും." സജി പറഞ്ഞു.

"ഞങ്ങൾ തിരിച്ചു പോകുന്നില്ലായിരുന്നുവെങ്കിൽ ഞങ്ങളും ആ ക്ലബ്ബിൽ ചേർന്നു പ്രവർത്തിച്ചേനെ." അഭി പറഞ്ഞു.

"നിങ്ങൾ അമേരിക്കയിൽ ഇതിന്റെ ബ്രാഞ്ച് സംഘടിപ്പിക്കു. പരിസ്ഥിതി പ്രവർത്തനം അവിടെയും വേണ്ടതല്ലേ? " സജി നിർദ്ദേശിച്ചു. അവരതു ശരിവച്ചു

ഒരാഴ്ച കഴിഞ്ഞു. ഒരു ദിവസം വൈകിട്ട് പുരയിടത്തിൽ അല്പസ്വല്പം വൃക്ഷത്തൈ നടലുമൊക്കെയായി പരിസ്ഥിതി പ്രവർത്തനത്തിൽ ഏർപ്പെട്ടു നില്ക്കുകയാണ് കുട്ടികൾ. അമ്മ വിളിക്കുന്നതു കേട്ട് ഓടിച്ചെന്നപ്പോൾ മുറ്റത്തൊരുകാർ. അതിനു മുകളിൽ കുറെ പെട്ടികളും പാക്കറ്റുകളും. അനഘയ്ക്ക് അപ്പോഴേ കാര്യം മനസ്സിലായി.

"അച്ഛാ" എന്നു വിളിച്ചുകൊണ്ട് അവൾ അകത്തേക്കോടി. അകത്ത് സോഫയിൽ അച്ഛനിരിക്കുന്നു.

"കഴിഞ്ഞയാഴ്ച വിളിച്ചപ്പോൾ അമേരിക്കയിൽനിന്ന് നാട്ടിലേക്ക് വരുന്ന കാര്യം അച്ഛൻ പറഞ്ഞതേയില്ലായിരുന്നല്ലോ?"

"ഞാൻ പറഞ്ഞു. മോൾ മനസ്സിലാക്കാഞ്ഞിട്ടാ."

"ഇല്ലച്ഛാ പറഞ്ഞില്ല." അനഘ അതിശയത്തോടെ പറഞ്ഞു.

"നിങ്ങൾ പ്രവർത്തിച്ചു തുടങ്ങുമ്പോൾ ഇനിയും ആളുകൾ കൂടെക്കൂടും. എന്നു ഞാൻ പറഞ്ഞില്ലേ? കൂടെക്കൂടാനാ ഞാൻ വന്നത്. വരുന്നുവെന്നു തെളിച്ചു പറയാതിരുന്നത് നിങ്ങൾക്ക് ഒരു സർപ്രൈസായിക്കോട്ടെ എന്നു കരുതിയാണ്." അച്ഛൻ

ചിരിച്ചുകൊണ്ട് പറഞ്ഞു. ഇതിനോടകം അച്ഛന്റെ മടിയിൽ സ്ഥാനം പിടിച്ചു കഴിഞ്ഞ അഭി അച്ഛന്റെ മുഖം കൈക്കുമ്പിളിൽ ഒതുക്കിക്കൊണ്ട് തന്റെ സങ്കടമറിയിച്ചു.

"ഒരാഴ്ചയല്ലേ ഞങ്ങൾക്ക് അച്ഛനോടൊപ്പം ഇവിടെ പ്രവർത്തിക്കാൻ കഴിയൂ? പിന്നെ അമേരിക്കയിലേക്കു പോകണ്ടേ?" അവന് ഒരു ഉമ്മ കൊടുത്തു കൊണ്ട് അച്ഛൻ പറഞ്ഞു.

"ഇനി നമ്മൾ അമേരിക്കയിലേക്കു പോകുന്നില്ല മോനേ. നമ്മളിനി ഇവിടെ ജീവിക്കും."

"അപ്പോൾ അച്ഛന്റെ ജോലി?" അനഘ ചോദിച്ചു. അതു കേട്ടു കൊണ്ടു വന്ന അമ്മയാണു പറഞ്ഞത്

"അച്ഛന്റെ കമ്പനി കേരളത്തിൽ ബ്രാഞ്ച് തുടങ്ങുന്നു. ഇനി അച്ഛന് ഇവിടെത്തന്നെയാണ് ജോലി."

കേട്ടപാടെ അച്ഛനെ കെട്ടിപ്പിടിച്ച് ഉമ്മ വച്ചിട്ട് അഭി ചാടിയിറങ്ങി സന്തോഷംകൊണ്ടു തുള്ളാൻ തുടങ്ങി. അനഘയും കൂടെ ചേർന്നു എല്ലാവരും ചിരിച്ചു.

"ഇനി നമ്മൾ എല്ലാവരും ചേർന്ന് നമ്മുടെ നാടിന്റെ നന്മയ്ക്കുവേണ്ടി പ്രവർത്തിക്കും. നമ്മുടെ പ്രകൃതിയെ നാം കാത്തു സൂക്ഷിക്കും." അച്ഛൻ പറഞ്ഞു.

"അച്ഛൻ അമേരിക്കയിൽനിന്നു മടങ്ങിവന്നതിന്റെ ഓർമ്മയ്ക്കായി നമുക്ക് ഒരു മരം നടാം." അഭി പറഞ്ഞു. അതുകേട്ടു കൊണ്ട് വന്ന മുത്തച്ഛൻ പറഞ്ഞു.

"ഓർമ്മ മരം അല്ലേ? അത് ഒരു നാട്ടുമാവു തന്നെയായിക്കോട്ടെ. നശിച്ചുകൊണ്ടിരിക്കുന്ന ഒരു വൃക്ഷമല്ലേ."

"മാവിൻ തൈ ഞാൻ തരാം" മുത്തശ്ശി മാവിൻ തൈയ്യുമായി എത്തിക്കഴിഞ്ഞു. വീടിന്റെ തെക്കേപ്പുറത്ത് അച്ഛൻ തന്നെ ആ മാവു നട്ടു. എല്ലാവരും കൈയടിച്ചു. ഉച്ചയ്ക്ക് പെയ്ത മഴയിൽനിന്ന് പൊഴിയാൻ മറന്ന് ആഞ്ഞിലിയുടെ ഇലച്ചാർത്തിനിടയിൽ തങ്ങി നിന്ന ഒരു ജലകണം അഭിനന്ദിക്കാനെന്നവണ്ണം ഊർന്ന് അച്ഛന്റെ നിറുകയിൽ പതിച്ച് താഴോട്ട് ഒലിച്ചിറങ്ങിയത് കുട്ടികൾ കണ്ടു. പ്രകൃതിയെ സംരക്ഷിക്കാൻ ശ്രമിക്കുന്നയാൾക്ക് പ്രകൃതിയുടെ ആദ്യ സമ്മാനം. അച്ഛന്റെ നെറുകയിൽനിന്ന് ആ മഴത്തുള്ളിയെ അഭി സ്നേഹത്തോടെ നനവായി ഏറ്റുവാങ്ങി.

Printed by Libri Plureos GmbH in Hamburg, Germany